அப்துல் கலாம்

யஷ்வந்த்

சத்யா

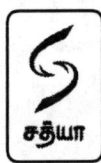

Title
Abdul Kalam

Yashwanth

ISBN: 978-93-6666-262-6
Title Code : Sathyaa - 092

நூல் தலைப்பு
அப்துல் கலாம்

நூல் ஆசிரியர்
யஷ்வந்த்

முதற்பதிப்பு
ஆகஸ்ட் 2024

விலை : ₹ 60

பக்கம் : 64

Printed in India

Published by

Sathyaa Enterprises
No.137, First Floor,
Choolaimedu,
Chennai - 600 094.
044 - 4507 4203

Email
sathyaabooks@gmail.com

உள்ளே...

1.	அப்துல்கலாம் என்றொரு அற்புத மனிதர்	5
2.	கல்லூரிப் படிப்பும் கலாமின் கனவும்	9
3.	சிவானந்தர் ஆசிரமத்தில் அப்துல்கலாம்	13
4.	துயரத்தில் தள்ளிய தொடர் மரணங்கள்	15
5.	அப்துல்கலாமின் 'அக்னி' ஏவுகணை	16
6.	கலாமின் கூட்டுக் குடும்ப வாழ்க்கை	18
7.	மக்களின் ஜனாதிபதியாக கலாம்!	20
8.	கலாம் எனும் கவிஞர்	23
9.	உதவும் பண்பு	25
10.	அன்பளிப்புகளை விரும்பாத அன்பு மனிதர்	26
11.	இப்தார் விருந்து பணம் அனாதைக் குழந்தைகளுக்கே!	28
12.	தமிழ்மொழி மீது தீராக் காதல்	29
13.	மரண தண்டனை ஒழிக்கப்பட வேண்டும்	32

14. புத்தகங்கள் எனது நெருங்கிய நண்பர்கள்   33
15. என் வாழ்வில் திருக்குறள்   35
16. காலம் பொன் போன்றது   36
17. எப்போதும் எளிமை   38
18. சிறப்பு நாற்காலி வேண்டாம்   40
19. செருப்பு தைக்கும் தொழிலாளியுடன் நெருக்கம்   41
20. மயிலுக்காக ஒரு கவிதை   42
21. சைவ உணவும் சிக்கன வாழ்வும்   44
22. ஊழியர் குடும்ப நலனில் அக்கறை   45
23. பதவிக்கு பெருமை சேர்த்தவர்   47
24. இசை மீது கொண்ட பேரார்வம்   48
25. கலாமின் கடைசி மணித்துளிகள்   50
26. அப்துல் கலாமின் இறுதி ஊர்வலம்   55
27. பாரதம் தனது ரத்தினத்தை இழந்தது   60
28. காட்சியகமாக மாறிய கலாம் வீடு   61
29. ஸ்ரீ காஞ்சி காமகோடி பீடம்   62
30. பேய்க்கரும்பில் கலாமின் நினைவு மண்டபம்   62

●

1. அப்துல்கலாம் என்றொரு அற்புத மனிதர்

மிகவும் சாதாரண நடுத்தரக் குடும்பத்தில் பிறந்திருந்த போதிலும் தனது அறிவுத் திறத்தாலும், அறிவியல் பார்வையாலும் அகில உலகத்தையும் தன் பக்கம் திரும்பச் செய்தவர் அப்துல்கலாம்.

தமிழ்நாட்டில் ராமேஸ்வரத்தில் ஒரு நடுத்தரக் குடும்பத்தில் ஜைனுலாபுதீன் - ஆஷியம்மா தம்பதியருக்கு 1931 ஆம் ஆண்டு அக்டோபர் 15 ஆம் தேதி மகனாகப் பிறந்தவர் இவர்.

மசூதித் தெருவில் அவர்களுடைய மூதாதையர்களால் கட்டப்பட்ட வீட்டில் அவர்கள் வசித்து வந்தார்கள்.

தந்தை ஜைனுலாபுதீனும், தாய் ஆஷியம்மாவும் மிகச் சிறந்த தம்பதியராகத் திகழ்ந்தார்கள். எல்லோராலும் மதிக்கப்பட்ட வர்கள்.

தந்தை ஜைனுலாபுதீன் படகுகளைக் கட்டி ராமேஸ்வரத்திலுள்ள மீனவர்களுக்கு வாடகைக்கு விட்டு வந்தார்.

அத்துடன் படகு மூலம் தனுஷ்கோடி தீவிற்கு அழைத்துச் செல்லும் பணியிலும் ஈடுபட்டிருந்தார்.

கலாமின் தந்தைக்கு படகுத்தொழில் மட்டுமின்றி சிறிய அளவில் ஒரு தென்னந்தோப்பும் உண்டு. இவற்றில் கிடைக்கும் சொற்ப வருமானத்தை வைத்து குடும்பத்தை மிக எளிமையாக நடத்தி வந்தார்.

கலாம் அவர்களும் தன் தந்தையிடமிருந்து எளிமையான வாழ்க்கை முறையை கற்றுக் கொண்டார்.

இராமேஸ்வரத்தில் முஸ்லீம்கள் நிறைந்த பகுதியிலேயே அப்துல் கலாமின் வீடும் அமைந்திருந்தது. முஸ்லீம்கள் தவிர சில இந்துக் குடும்பங்களும் அப்பகுதியில் வசித்து வந்தன. இரு மதத்தினருமே அங்கே எந்தவித மத வேறுபாடுமின்றி பழகி வந்தனர்.

அதிகாலையில் எழுந்து தவறாமல் இறை வணக்கம் செய்வார் ஜைனுலாபுதீன். கலாமின் தாய் ஆஷியம்மாவும் தரும சிந்தனை மிக்கவர்.

தினமும் நிறைய பேருக்கு சாப்பாடு போடுவார். மசூதியில் தொழுகை முடிந்து வெளியே வந்ததும் ஜைனுலாபுதீனிடம் வெவ்வேறு மதத்தைச் சேர்ந்த நோயாளிகள் வருவார்கள். அவர் களுக்காக அவர் பிரார்த்தனை செய்வார்.

ராமேஸ்வரம் கோவிலின் தலைமைக் குருக்களின் பட்சி லட்சுமண சாஸ்திரியும் ஜைனுலாபுதீனும் நெருங்கிய நணபர்கள். இருவரும் ஆன்மீக விசயங்களை பகிர்ந்து கொள்வார்கள். சிறுவனாக இருந்த அப்துல்கலாம் அருகில் நின்று ஆர்வத்துடன் அதனைக் கேட்பது வழக்கம்.

அருகிலேயே வசித்து வந்த இந்துக்கள் அவர்களுடன் நெருங்கிப் பழகி வந்த தந்தை ஆகியவற்றையும் கவனித்து வந்த அப்துல்கலா முக்கு மதப் பாகுபாடு இல்லாத மனோநிலை உருவானதில் ஆச்சரிய மில்லை.

அப்துல்கலாமின் ஆரம்பக்கல்வி இராமேஸ்வரத்தில் நிறைவுற்றது.

அக்காலகட்டத்தில் இராமேஸ்வரத்தில் உயர்நிலை கல்விக் கூடங்கள் இல்லை. அதனால் உயர்கல்வி பயில வேண்டுமானால் இராமநாதபுரம் செல்ல வேண்டும்.

குடும்பத்தினருடனேயே இருந்து பழகிவிட்ட கலாமுக்கு குடும்பத்தைப் பிரிந்து இராமநாதபுரம் செல்வதற்கு விருப்பமில்லை. அவருடைய தாய் ஆஷியம்மாவுக்கும் வருத்தம். கடைக்குட்டியான கலாமைப் பிரிய தாய் விரும்பவில்லை.

இராமேஸ்வரம் ரயில் நிலையத்தில் கலாமை ரயிலேற்றி விடுவதற் காக வந்த தந்தை 'எதிர்காலத்தை நோக்கி புறப்படும் உனக்கு கடவுள் அருள் புரியட்டும்' என்று வாழ்த்தி அனுப்பினார்.

உடன் வந்த அகமது ஜலாலுவுதீனும், சம்சுதீனும் கலாமை ராமநாத புரம் சுவாரிட்ஸ் உயர்நிலைப் பள்ளியில் சேர்த்து விட்டார்கள்.

அருமையான கல்வி வாய்ப்புகள் நிறைந்த ராமநாதபுரத்தின் புதிய சூழ்நிலைக்கேற்ப கலாம் தன்னை மாற்றிக் கொள்ள முடிவு செய்தார்.

ராமநாதபுரம் சுவார்ட்ஸ் உயர்நிலைப் பள்ளியின் ஆசிரியர் அய்யாத் துரை சாலமன் கலாமுக்கு வழிகாட்டியாக இருந்தார்.

அவருடைய அறிவுரைகளான, 'வாழ்க்கையில் வெற்றி பெற ஆசை, நம்பிக்கை, எதிர்பார்ப்பு இவை அவசியம் வேண்டும். நினைத்தது நிறைவேற அதற்காகத் தீவிரமாக ஆசைப்பட வேண்டும். அது நிச்சயம் நிறைவேறும் என்று நீ நம்ப வேண்டும்.

நம்பிக்கை வைத்தால் உன் தலைவிதியை உன்னால் மாற்றி அமைக்க முடியும். ஆசைப்பட்டதை உன்னால் அடைய முடியும்' ஆகியவை கலாமின் இதயத்தில் ஆழப் பதிந்தன.

கலாம் இராமநாதபுரத்திலுள்ள ஸ்வார்ட்ஸ் உயர்நிலைப் பள்ளியில் சேர்ந்த பின், தினமும் இராமேஸ்வரத்திற்கு வந்து செல்ல முடியாத சூழ்நிலை இருந்தபடியால் அவர் இராமநாதபுரத்திலேயே தங்கிக் கொண்டார்.

அந்தப் பள்ளியில் கலாமின் கருத்தைக் கவர்ந்த ஆசிரியர் அய்யாத்துரை சாலமன் என்பவர் ஆவார். அவர் தன்னுடைய வெளிப்படையான அணுகுமுறையாலும், மென்மையான செயல் பாட்டினாலும் கலாமைக் கவர்ந்தார்.

அந்த ஆசிரியர் பொதுவாக மாணவர்களிடம் 'வாழ்க்கையில் வெற்றி அடைய வேணடும் என்றால் ஆசை நம்பிக்கை, எதிர்பார்ப்பு என்ற மூன்று வலுவாக சக்திகளைப் புரிந்து கொண்டு அதில் கைதேர்ந்தவராகி விட வேண்டும்' என்று கூறுவார்.

சுவார்ட்ஸ் உயர்நிலைப் பள்ளியிலிருந்து விடுமுறைக்கு ராமேஸ்வரம் வரும் போதெல்லாம், கலாம் அவருடைய மூத்த சகோதரர் கடையில் வேலை செய்வார்.

பல சரக்கு சாமான்களை விட பீடி, சிகரெட்டுகள் அதிகமாக விற்பனையாகும் அங்கு.

அப்போதெல்லாம், 'பாடுபட்டு சம்பாதித்த பணத்தை இப்படி புகையாக ஊதி விடுகிறார்களே இந்த ஏழை மக்கள்' என்று வருந்துவார்.

கலாமை அன்புடன் வழிநடத்திய அய்யாதுரை சாலமனுடன் சிறு வயதில் கண்டிப்புடன் வழிநடத்திய ராமகிருஷ்ண ஐயர் போன்ற ஆசிரியர்களும் உண்டு.

கலாம் பள்ளியில் படித்துக் கொண்டிருந்தபோது தவறாக அவர்களுக்கு பாடம் நடத்திக் கொண்டிருந்த இன்னொரு வகுப்பில் நுழைந்து விட்டார். கலாமை மற்ற மாணவர்கள் முன்னிலையில் பிரம்பால் ஆசிரியர் அடித்தார்.

ஆனால் கலாம் கணக்கில் நூற்றுக்கு நூறு வாங்கிய போது காலை அசெம்பிளியில் கலாமை அதே ஆசிரியர், 'என்னிடம் யார் உதை வாங்குகிறானோ அவன் உயர்ந்த நிலையை அடைவது உறுதி. நூற்றுக்கு நூறு மார்க் வாங்கலாம். இந்தப் பள்ளிக்கூடத்திற்கும், ஆசிரியர்களுக்கும் பெருமை சேர்க்கிறான்' என்று பாராட்டிப் பேசினார்.

அப்துல் கலாம் சுவார்ட்ஸ் உயர்நிலைப் பள்ளியில் படித்துக் கொண்டிருந்த வேளையில் தான் இந்தியாவுக்கு சுதந்திரம் கிடைத்தது. இதுபற்றி கலாம் தமது சுயசரிதையில் கூறியுள்ளார்.

2. கல்லூரிப் படிப்பும் கலாமின் கனவும்

இராமநாதபுரத்தில் உயர்நிலைக் கல்வியைப் படித்து முடித்தார் கலாம். அக்காலத்தில் பெரும்பாலானவர்கள் தொழிற்கல்வியைப் பற்றி அறிந்திருக்கவில்லை.

பட்டப்படிப்பு தான் பெரிய தகுதியாகக் கருதப்பட்டது. எனவே 1950 ஆம் ஆண்டு திருச்சி செயிண்ட் ஜோசப் கல்லூரியில் இண்டர் மீடியட் சேர்ந்தார் கலாம்.

செயிண்ட் ஜோசப் கல்லூரி கலாமின் அறிவாற்றலை மேலும் விரிவு படுத்தியது. அங்கு பயின்ற போதுதான் கலாமுக்கு ஆங்கில மொழி இலக்கியங்கள் ஆகியவற்றின் மீது ஆர்வம் ஏற்பட்டு பல கவிதைகள் படைக்கும் திறன் உருவானது.

இக்கல்லூரியைச் சேர்ந்த செக்குரிரா என்பவர் கலாமுக்கு பெரிய உந்து சக்தியாகத் திகழ்ந்தார்.

செயிண்ட் ஜோசப் கல்லூரியின் ஆசிரியரும் விடுதி வார்டனுமாகிய ரெவரெண்ட் ஃபாதர் டி.என். செக்குரிராவிடம் கலாம் ஆங்கில இலக்கியமும் கவிதைகளும் கற்றார்.

அந்தக் கல்லூரியில் இறுதியாண்டு படிக்கும்போது அப்துல்கலாம் இலக்கியத்தில் ஆர்வம் கொண்டார். டால்ஸ்டாய், எப்காட், ஹார்டியின் படைப்புகளைப் படித்தார்.

அணுக்களைப் பற்றிய ஆழ்ந்த விஞ்ஞான விசயங்களை பேராசிரியர்கள் சின்னத்துரையிடமிருந்தும், கிருஷ்ணமூர்த்தியிட மிருந்தும் கலாம் கற்றுக் கொண்டார்.

அணுக்கதிர் வீசும் பொருட்கள் தங்களைத் தாங்களே அழித்துக்

கொள்ளும் தன்மை கொண்டவை என்னும் அறிவியல் உண்மையி லிருந்து மெய் ஞானத்தையும் கலாம் அவர்களிடமிருந்து கற்றுக் கொண்டார்.

அப்துல் கலாம் பி.எஸ்.சி பட்டப் படிப்பை முடித்தார். அவருடைய குடும்பத்தில் அவர்தான் முதல் பட்டதாரி.

இக்கல்லூரியில் படிக்கின்ற காலத்தில் தான் அணு விஞ்ஞானம், வானியல் பற்றிய ஆர்வமும் அக்கறையும் கலாமுக்கு ஏற்பட்டிருக் கிறது.

இக்காலக்கட்டத்தில் கலாம் வெறுமனே பாடத்திட்டக் கல்வியை மட்டுமின்றி நூல் நிலையத்திற்கும் சென்று பல வகையான புத்தகங் களையும் படித்தார்.

குறிப்பாக டால்ஸ்டாய், ஹார்டி ஸ்காட் போன்ற எழுத்தாளர்களின் இலக்கியங்கள், விஞ்ஞானம், தத்துவம், படைப்புகள் போன்றவற்றை அதிக அளவில் படித்தார் கலாம்.

திருச்சி செயின்ட் ஜோசப் கல்லூரியில் இண்டர் மீடியட் முடித்த பின் அதே கல்லூரியிலேயே பி.எஸ்.சி பட்டம் பெற்றார்.

இக்கல்லூரியில் நிலவிய கல்விச் சூழ்நிலையையும் கல்விக்கு வழிகாட்டிய ஆசிரியர்களின் அரவணைப்பும் கலாமுக்கு வானியல் பற்றிய பெரிய ஆர்வத்தை ஏற்படுத்தியது. ஆதலால் வானியல், கிரகங்கள், மண்டலங்கள், விண்கலங்கள் பற்றிய புத்தகங்களைத் தேடித் தேடிப் படித்தார் கலாம்.

அப்துல் கலாமுக்கு இயற்பியலில் அதிக ஆர்வம் இருந்தது. எனவே இயற்பியலை உள்ளடக்கிய பொறியியல் கல்வி கற்க ஆசைப் பட்டார்.

சென்னை குரோம்பேட்டையிலுள்ள எம்.ஐ.டியில் தொழில்நுட்பக் கல்விக்காக விண்ணப்பித்தார் கலாம்.

கல்லூரியில் இடம் கிடைத்தது. ஆனால் கல்லூரியில் சேர்வதற்கான பணம் இல்லை.

கலாமின் ஆர்வத்தையும், திறமையையும் புரிந்து கொண்டவர் அவரது சகோதரி ஜொஹாரா. அவர் தன் தங்க வளையல்களையும், சங்கிலியையும் அடமானம் வைத்து பணம் தந்தார்.

சகோதரியின் அன்பை உணர்ந்து கொண்ட கலாம் சகோதரி செய்த உதவிக்கு கைம்மாறு செய்வது சிறந்த முறையில் கல்வி கற்று, நல்ல பணியில் அமர்ந்து சகோதரிக்கு உதவி செய்வதுதான் என்று உணர்ந்தார். இதை உறுதி வாக்கியமாக அவர் மனதில் வைத்துக் கொண்டார்.

கல்லூரியில் சேர்ந்தாகி விட்டது. ஆனால் தொடர்ந்து படிக்க வேண்டுமானால் அதற்கு ஒரே வழிதான் உண்டு. அதாவது நன்றாகப் படித்து அரசிடமிருந்து உதவித் தொகை பெறுவதுதான். அதை உணர்ந்து கலாம் நொடிப் பொழுதையும் வீணாக்காமல் ஆர்வத் தோடு படித்தார்.

சகோதரியின் உதவியால் எம்.ஐ.டியில் சேர்ந்த கலாம் செயல்முறை விளக்கம் அளிப்பதற்காக அங்கு நிறுத்தி வைக்கப்பட்டிருந்த இரு விமானங்களைக் கண்டதும் அவருடைய மனம் சிறகு விரித்துப் பூரிப்படைந்தது. அவற்றினருகில் வெகுநேரம் அமர்ந்திருந்தார்.

'விமானியாக இதில் நான் பறப்பது எப்போது?' என்று அவர் நினைவுகள் முன்னோக்கி சென்றது.

முதல் வருடப்படிப்பு முடிந்ததும், 'விமானப் பொறியியல்' பிரிவை கலாம் தயங்காமல் தேர்ந்தெடுத்தார்.

'நான் விமானம் ஓட்டப் போகிறேன்.' எம்.ஐ.டியின் காற்று இயக்க அறிவியலைப் பேராசிரியர் ஸ்பான்டரும் விமானக் கட்டமைப்பு வடிவமைப்பதைப் பற்றி பேராசிரியர் கே.ஏ.வி. பண்டலும் கலாமுக்குக் கற்றுக் கொடுத்தனர்.

நான்காவது வருட முடிவில் அப்துல் கலாமுக்கு அவரது நான்கு சக மாணவர்களுக்கும் ஒரு புதுப் பொறுப்பு கொடுக்கப்பட்டது.

'தாழ்வாகப் பறந்து தாக்கும் ஒரு போர் விமானத்தைக் கூட்டாக நீங்கள் வடிவமைக்க வேண்டும்' என்பதுதான் அந்தப் பொறுப்பு.

ஏரோடைனமிக் டிசைன் வரையும் பொறுப்பை அப்துல்கலாம் எடுத்துக் கொண்டார்.

அந்தப் பணியின் போது வடிவமைப்பு ஆசிரியர் திட்டத்தின் முன்னேற்றத்தைப் பார்வையிட வந்தார்.

வந்தவர், 'திட்டம் நம்பிக்கை தரவில்லை, ஏமாற்றத்தை அளிக்கின்றது.' என்றார்.

'தயவு செய்து திட்டத்தை முடிக்க ஒரு மாத கால அவகாசம் தாருங்கள்' என்றார் கலாம்.

'நோ... மூன்று நாட்கள் அவகாசம் தருகிறேன். என்னிடம் முழு வரைபடம் வராவிட்டால் உங்களுடைய உதவி தொகை நிறுத்தப் படும்' என்றார் வடிவமைப்பு ஆசிரியர்.

'எனது உயிரே.... அந்த உதவித் தொகைதான். அதை வாபஸ் வாங்கி விட்டால், நான் ஆதரவற்றவனாகி விடுவேனே...'

கொடுத்த மூன்று நாட்கள் அவகாசத்தில் அப்துல்கலாமும், சகாக் களும் கடுமையாக உழைத்தனர். மூன்றாம் நாள் முடிவில் வரைபடத்தைக் காண வந்தார் வடிவமைப்பு ஆசிரியர்.

வரைபடத்தை ஆராய்ந்த அவர் அப்துல்கலாமை கட்டித் தழுவிக் கொண்டு, 'எனது பாரட்டுக்ககள். இவ்வளவு கச்சிதமாக முடிப் பீர்கள் என்று நான் நினைத்துக் கூட பார்க்கவில்லை' என்று வெகுவாகப் புகழ்ந்தார்.

'நன்றி ஐயா' என்று பதிலுரைத்தார் கலாம்.

இக்கால கட்டத்தில் தான் கலாம் அவர்கள் எழுதிய, 'நமது சொந்த விமானத்தை உருவாக்குவோம்' என்ற தமிழ்க் கட்டுரை ஆனந்த விகடன் வார இதழ் நடத்திய கட்டுரைப் போட்டியில் முதல் பரிசு பெற்றது.

1958 ஆம் ஆண்டு சென்னை எம்.ஐ.டியில் அப்துல் கலாம் அவர்கள் பட்டம் பெற்று வெளியே வந்தார்.

3. சிவானந்தர் ஆசிரமத்தில் அப்துல்கலாம்

அப்துல்கலாம் சிறுவயதிலிருந்தே போர்ப்படை விமானியாக வேண்டுமென்ற ஆசை கொண்டிருந்தார்.

அவர் இரண்டு பணிகளுக்கு விண்ணப்பித்திருந்தார். ஒன்று விமானப் படையின் தொழில்நுட்ப வளர்ச்சி மற்றும் உற்பத்தி இயக்கு நரகத்தில் வேலை, மற்றொன்று பாதுகாப்புத்துறை பணி.

விமானப் பொறியியல் பட்டம் பெற்றிருந்த கலாமுக்கு இரண்டு இடங்களிலிருந்தும் நேர்முகத் தேர்வுக்கு அழைப்பு வந்தது. இரண்டு நேர்முகத் தேர்வுகளும் அடுத்தடுத்த நாட்களில் இருந்தன.

விமானப்படைத் தேர்வு டேராடூனிலும், பாதுகாப்புத் துறைக்கான தேர்வு டில்லியிலும் இருந்தன.

அப்துல்கலாம் டில்லி புறப்பட்டுச் சென்றார். முதலில் பாதுகாப்புத் துறைத் தேர்வை சந்தித்தார். அதில் வெற்றி பெற்றார். இருப்பினும் சின்னவயதுக் கனவென்பது விமானத்தில் பறக்க வேண்டுமென்ப தாக இருந்ததால் அடுத்து டேராடூன் சென்றார்.

விமானப்படைத் தேர்வை சந்தித்தார். ஆனால் அங்கு அவருக்கு ஏமாற்றமே கிடைத்தது. தேர்வில் கலாம் தேர்வாகவில்லை. அவரது மனம் சற்று சோர்வடைந்தது.

மனவிரக்தியுடன் கங்கையில் நீராடி விட்டு சிவானந்தர் ஆசிரமத்துக் குள் நுழைந்தவரைக் கருணை பொங்கும் முகத்துடன் கூடிய சிவானந்தர் வரவேற்றார்.

அவரிடம் தன்னை அறிமுகப்படுத்திக் கொண்டு தன்னுடைய மனத்துயரத்தை எடுத்துக் கூறினார்.

'ஒரு விமானியாக வேண்டும் என்னும் என்னுடைய நீண்டநாள் ஆசை நிராசையாகி விட்டது. இந்திய விமானப்படையில் என்னால் சேர முடியாமல் போய்விட்டது' என்றார்.

அதற்கு சிவானந்தர், 'விமானப்படையில் விமானியாக வேண்டும்'

என்பது உனக்கு விதிக்கப்படவில்லை. நீ என்னவாக வேண்டும் என்பது ஏற்கனவே தீர்மானிக்கப்பட்டு விட்டது. அதனால் கடவுளின் விருப்பத்துக்கு உன்னை ஒப்படைத்து இந்த தோல்வியை மறந்து விடு' என்று ஆறுதல் கூறினார்.

அதன்பின் டெல்லிக்கு திரும்பிய அப்துல்கலாம் பாதுகாப்பு அமைச்சரகத்தின் தொழில்நுட்ப வளர்ச்சி மற்றும் உற்பத்தி இயக்குனரகத்தில் முதுநிலை விஞ்ஞானி உதவியாளராகப் பணியில் சேரும் உத்தரவுக் கடிதத்தை பெற்றுக் கொண்டார்.

மாதம் அடிப்படைச் சம்பளம் ரூ.250 விமானத்தை ஓட்ட முடியாது போனாலும் அதைத் திறன் வாய்ந்ததாக உருவாக்கும் பணி கிடைத்ததே என்று எண்ணியவாறு பாதுகாப்புத்துறையின் அலுவலகத்தில் முதுநிலை விஞ்ஞான உதவியாராக தனது பணியைத் துவக்கினார்.

முதல் வருடப்பணியில் அப்துல்கலாமுக்கு சூப்பர் சானிக் டார்கட் விமானத்தை வடிவமைக்கும் பொறுப்பு அளிக்கப்பட்டது.

அப்பொறுப்பை செல்வனே முடித்ததற்காக இயக்குநர் டாக்டர் நீலகண்டனின் பாராட்டை அப்துல்கலாம் பெற்றார்.

அதன் பிறகு கான்பூரிலுள்ள விமானப் பராமரிப்பு அடிப்படை அனுபவம் மற்றும் ராணுவ தளவாட சோதனை மையத்துக்கு அப்துல்கலாம் அனுப்பப்பட்டார்.

மூன்று வருடங்கள் பல்வேறு திட்டப் பணிகளில் இடம் பெற்றுப் பணியாற்றிய அப்துல்கலாம் பெங்களூரில் உள்ள ஏரோ நாட்டில் டெவலப்மெண்ட் எஸ்டாபிளிஷ்மெண்ட் எனும் விமான வடிவமைப்பு வளர்ச்சி அமைப்பில் சேர்க்கப்பட்டு ஒரு சிறிய குழுவுக்கு தலைமைப் பொறுப்பை ஏற்றார்.

'நந்தி' என்று பெயரிடப்பட்ட போர்க்களத்தில் பயன்படுத்தக் கூடிய இந்தியாவின் முதல் ஹோவர் ரக விமானத்தை வெற்றிகரமாக அவரும் அவருடைய குழுவினரும் உருவாக்கினர்.

பெங்களூரில் பணியாற்றிக் கொண்டிருந்த கலாமுக்கு மும்பையிலிருந்து கிடைத்த வாய்ப்பு ஒன்று அவரது வாழ்க்கையின்

போக்கையே மாற்றி அமைத்தது. அந்த வாய்ப்பு, இண்டியன் கமிட்டி ஆஃப் ஸ்பேஸ் ரிசர்ச்சில் ராக்கெட் என்ஜினியருக்கான பதவி.

கலாமை அப்பதவிக்கு தேர்ந்தெடுத்தவர்கள் இந்தியாவின் தலைசிறந்த விஞ்ஞானியாக கருதப்பட்ட டாக்டர் விக்ரம் சாராபாய், பேராசிரியர் எம்.ஜி.கே. மேனன் அணுசக்தி கமிஷனின் அப்போதைய துணைச் செயலாளர் சராஃப் ஆகியோர் ஆவார்.

டாக்டர் விக்ரம் சாராபாய் அவர்களையே தன் விண்வெளி ஆராய்ச்சி மற்றும் ஏவுகனைத் தயாரிப்பு பணியின் குருவாக அப்துல் கலாம் கூறியுள்ளார்.

4. துயரத்தில் தள்ளிய தொடர் மரணங்கள்

அப்துல்கலாம் அவர்கள் தனது பணிகளில் தீவிரமாக வெற்றி நடை போட்டுக் கொண்டிருந்த காலகட்டத்தில் நிகழ்ந்த நெருங்கிய உறவுகளின் மரணங்கள் அவரை மிகவும் சோகத்துக்குள்ளாக்கியது.

1972ம் ஆண்டு கலாம் தனது குருவாகப் போற்றி வந்த விக்ரம் சாராபாய் மரணமடைந்தார். அந்த மரணம் கலாமுக்கு பேரிழப் பாக இருந்தது.

சிறு வயது முதல் கலாமிற்கு நண்பனாகவும், வழிகாட்டியாகவும் விளங்கி பிறகு கலாமின் சகோதரியை மணமுடித்த ஜலாலுதீன் 1975ஆம் ஆண்டு காலமானார். சகோதரியின் விதவைக் கோலத்தைப் பார்க்க முடியாத துன்பத்தில் ஆழ்ந்தார் கலாம்.

அந்தத் துயரத்தில் இருந்து மீள்வதற்குள் அடுத்த சில மாதங்களில் அவரது தந்தை ஜைனுலாபுதீன் காலமானார். அவரைத் தொடர்ந்து தாயார் ஆஷியம்மாவின் மறைவு.

இந்தத் தொடர் இழப்புகள் கலாமின் மனதை துன்பத்திலும் தனிமையிலும் தள்ளின.

5. அப்துல்கலாமின் 'அக்னி' ஏவுகணை

அணுசக்தித்துறை மற்றும் விண்வெளி ஆய்வு மையங்களில் கலாமின் அரும்பெரும் பணிகளை இந்திய அரசு கவனித்துக் கொண்டுதான் இருந்தது.

1982 ஆம் ஆண்டில் இந்தியப் பிரதமர் இந்திராகாந்தி மற்றும் பாதுகாப்புத் துறை அமைச்சர் ஆர். வெங்கட்ராமன் ஆகியோர் அப்துல்கலாம் அவர்களை பாதுகாப்பு மற்றும் வளர்ச்சி அமைப்பில் டைரக்டர் ஜெனரலாகப் பதவியேற்கும்படி அழைப்பு விடுத்தனர்.

அதன் பிறகு பாதுகாப்பு அமைச்சகத்தின் அறிவியல் ஆலோசக ராகவும் பணிபுரியும் வாய்ப்பு பெற்றார்.

கலாம் அவர்களின் அறிவு, திறமை, நாட்டின் முன்னேற்றத்தைக் கருத்தில் கொண்ட அவர் உழைப்பு ஆகியவற்றை இந்திய அரசு கவனித்துக் கொண்டே இருந்தது.

தகுந்த தருணத்தில் அவரை காபினட் அமைச்சருக்கு இணையான தகுதியோடு பிரதம மந்திரியின் முதன்மை அறிவியல் ஆலோசகராக பதவியேற்கும்படி செய்தது.

ராக்கெட் தொழில் நுட்பத்தில் அப்துல்கலாம் பெற்றிருந்த அறிவுத் திறனை இந்திய ராணுவத்துக்காகப் பயன்படுத்தும் பொன்னான வாய்ப்பு அவருக்கு கிடைத்தது.

1982 பிப்ரவரி மாதத்தில் டி.ஆர்.டி.எல் இயக்குனராக, அப்துல் கலாம் நியமிக்கப்பட்டபோது 'தேசத்தின் பாதுகாப்புக்காக ஏவுகணைகளை உருவாக்கும் அரிய பணி எனக்கு கிடைத்திருக்கிறது' என மகிழ்ந்தார்.

அங்கு தயாரிக்கப்படும் ஏவுகணைகளுக்கு அழகிய இந்தியப் பெயர்கள் சூட்டப்பட்டன.

தரையிலிருந்து தரைக்கு ஏவும் ஏவுகணை 'பிருத்வி' என்று பெயர் வைக்கப்பட்டது.

அதிமுக்கிய தந்திர ஏவுகணை சாதனத்துக்கு 'திரிசூல்' என்ற பெயர் வைக்கப்பட்டது.

தரையிலிருந்து வானில் பாய்ந்து செல்லும் ஏவுகணை 'ஆகாஷ்' எனவும், பீரங்கிகளைத் தகர்க்கும் ஏவுகணைக்கு 'நாக்' என்றும் பெயர்கள் சூட்டப்பட்டன.

டாக்டர் அப்துல்கலாமின் நெடுநாளைய கனவான மிகவும் சக்தி வாய்ந்த ரெக்ஸ் ஏவுகணை 'அக்னி' என்றழைக்கப்பட்டது.

ஏவுகணை சாதனங்களுக்கு பிருத்வி, திரிசூல், ஆகாஷ், நாக், அக்னி என்னும் இந்தியப் பெயர்களை சூட்டிய பின்பு 1983 ஆம் ஆண்டு ஜூலை 23 ஆம் தேதியன்று டி.ஆர்.டி.எல் ஆய்வுக் கூடத்தை டாக்டர் அருணாச்சலம் திறந்து வைத்தார். எங்கும் மகிழ்ச்சியும் உற்சாகமும் கரைபுரண்டோடியது.

'எனது பணியில் முதல் முக்கியமான நாள் எஸ்.எல்.வி. 3 ஏவுகலமான ரோஹிணியை விண்ணில் செலுத்திய 1980, ஜூலை 18 ஆம் நாள். இரண்டாவது முக்கிய நாள் 1983 ஜூலை 23 ஆம் நாளாகிய இன்று தான்' என்று அப்துல்கலாம் மகிழ்ச்சி கொண்டார்.

6. கலாமின் கூட்டுக் குடும்ப வாழ்க்கை

இந்திய ஜனாதிபதி அப்துல்கலாம் திருமணம் செய்து கொள்ள வில்லை. குடும்ப வாழ்க்கை அல்லாமல் தேசத்திற்காக வாழ்ந்தார். அப்துல்கலாம் செல்லுமிடம் எல்லாம் நீங்கள் ஏன் திருமணம் செய்து கொள்ளவில்லை என்கிற கேள்வியை பலர் கேட்பது உண்டு.

உள்நாடு தவிர வெளிநாடுகளிலும் இதே கேள்வியை பலர் அவரிடம் கேட்டதுண்டு. 2006 ஆம் ஆண்டு கலாம் சிங்கப்பூர் சென்றிருந்த போதும் ஒரு மாணவர் இதே கேள்வியைக் கேட்டார்.

சன் டிவிக்கான பேட்டியின்போதும் அப்துல் கலாமிடம் நடிகர் விவேக் இதே கேள்வியை கேட்டார்.

அப்துல்கலாம் அனைத்து இடங்களிலும் ஒரே மாதிரியான பதிலையே அளித்துள்ளார். 'துணை வேண்டும் என்று ஒரு போதும் எனக்குத் தோன்றியதில்லை' என்று கூறிச் சிரித்துள்ளார்.

'திருமணம் குறித்து என்னை நோக்கி 50 ஆண்டுகளாக கேள்வி கேட்டுக் கொண்டு இருக்கிறீர்கள். இந்தியாவிலும், வெளி நாட்டிலும் என் திருமணத்தைப் பற்றி கேட்ட கேள்விகள் கணக்கில் அடங்காதவை. இது 50 வருட பழமையான கேள்வி' என்றார் கலாம்.

அதற்கு சவுகர்யமான பதிலையே அப்துல்கலாம் அளித்துள்ளார்.

'நான் கூட்டுக் குடும்பத்தில் பிறந்தவன். என் அண்ணனுக்கு 92 வயது. எங்கள் குடும்பத்தில் எப்போதுமே 3 தொட்டில்கள் இருக்கும். இப்படிப்பட்ட குடும்பத்தில் பிறந்தேன். வளர்ந்தேன். என் அண்ணனுடைய பேரன் இருக்கிறான். பேரனுக்கு தற்போது பேத்தி பிறந்துள்ளது. அதனை எள்ளுப் பேத்தி என்பார்கள்.

எள்ளுப் பேத்திக்கு ஹனீஜா எனப் பெயர் வைத்துள்ளனர். அக் குழந்தை எனக்கும் எள்ளுப் பேத்திதான். அதற்கு நான் தங்கப் பேத்தி எனப் பெயர் வைத்துள்ளேன் என அப்துல்கலாம் பதில் அளித் துள்ளார்.

எனது குடும்பம் பல தலைமுறையாக இருந்து கொண்டு இருக்கிறது. நிறைய வாரிசுகள் இருக்கிறார்கள். அவ்வளவு பெரிய குடும்பத்தில் ஒரே ஒருவருக்குத் திருமணம் ஆகாமல் போனது பெரிய பிரச்சனை இல்லை எனத் தனது திருமணம் குறித்த கேள்விக்கு பதில் அளித்துள்ளார்.

அவர் தனது அண்ணன் மற்றும் சகோதரர், சகோதரியின் குடும்பத்தை தனது குடும்பமாக கருதி வந்தார்.

ராமேஸ்வரம் சென்றால் அண்ணன் வீட்டில் தங்கிக் கொள்வார். அப்துல்கலாம் தனது வாழ்க்கையை தேசத்துக்காக அர்ப்பணித்துக் கொண்ட பிரம்மச்சாரி என்பது அனைவருக்கும் தெரியும்.

7. மக்களின் ஜனாதிபதியாக கலாம்!

அப்துல்கலாம் இந்தியாவின் பதினொன்றாவது குடியரசுத் தலைவராக கே.ஆர். நாராயணனுக்குப் பிறகு பணியாற்றினார். அவர் 2002ல் நடந்த குடியரசுத் தலைவர் தேர்தலில் 107366 வாக்குகளைப் பெற்ற இலட்சுமி சாகர் 922884 வாக்குகள் பெற்று வெற்றி பெற்றார். அவர் 25 ஜூலை 2002 முதல் 25 ஜூலை 2007 வரை பணியாற்றினார்.

2002 ஜூன் 10ல் அதிகாரத்தில் இருந்த தேசிய ஜனநாயக கூட்டணி எதிர்க்கட்சியான இந்திய தேசிய காங்கிரஸ் தலைவர் சோனியா காந்தியிடம் ஜனாதிபதி பதவிக்கு கலாமை முன் மொழியப் போவதாக அறிவித்தது.

சமாஜ்வாடி கட்சி மற்றும் தேசியவாத காங்கிரஸ் அவரை வேட்பாளராக ஆதரிப்பதாக அறிவித்தது. சமாஜ்வாடி கட்சி கலாமிற்கு தனது ஆதரவை அறிவித்த பின்னர் அப்போதைய ஜனாதிபதி கே.ஆர்.நாராயணன் இரண்டாவது முறையாக போட்டி

யிடாமல் கலாம் நாட்டின் 11வது குடியரசுத் தலைவர் ஆவதற்கு களத்தை விட்டு வெளியேறினார்.

2002 ஜூன் 18ல் கலாம், வாஜ்பாய் மற்றும் அவரது மூத்த அமைச்சரவை சகாக்களுடன் சேர்ந்து இந்திய பாராளுமன்றத்தில் வேட்புமனு தாக்கல் செய்தார்.

2002 ஜூன் 15ல் ஜனாதிபதி தேர்தலுக்கான வாக்குப்பதிவு மாநிலங்கள் அவையுடன் பாராளுமன்றத்தில் ஊடகங்களின் கலாமிற்கு வெற்றியென்ற முடிவான கூற்றுடன் நடந்தது.

வாக்குகள் எண்ணும் பணி ஜூலை 18 ஆம் தேதி நடைபெற்றது. கலாம் ஒரு தலைப் போட்டியில் ஜனாதிபதி தேர்தலில் வெற்றி பெற்றார். அவர் இந்தியக் குடியரசின் 11வது தலைவரானார். ஜூலை 25 ஆம் தேதியில் பதவியேற்ற பின்பு ராஷ்ட்ரபதி பவனுக்கு குடியேறினார்.

குடியரசுத் தலைவர் ஆவதற்கு முன் இந்தியாவின் உயரிய விருதான பாரத ரத்னா கொடுத்து கௌரவிக்கப்பட்ட மூன்றாவது ஜனாதிபதி கலாம் ஆவார்.

டாக்டர் சர்வபள்ளி ராதாகிருஷ்ணன் மற்றும் டாக்டர் சாகிர் ஹூசேன் ஆகியோர ஜனாதிபதி ஆவதற்கு முன் பாரத ரத்னா விருது பெற்றவர்கள்.

கலாம் தனது ஜனாதிபதி காலத்தில் 'மக்களின் ஜனாதிபதி' என அன்பாக அழைக்கப்பட்டார். ஆதாயம் தரும் பதவி மசோதாவை கையெழுத்திடுவதே தனது பதவி காலத்தில் எடுத்த கடினமான முடிவு என்று கூறுகிறார்கள்.

இந்திய அரசியலமைப்பின் 72வது சட்டத்தின் கீழ் மன்னிப்பு வழங்கல், இறப்பு தண்டனை வழங்கல் மற்றும் நிறுத்தல், மாற்று இறப்பு வரிசையில் குற்றவாளிகளின் மரண தண்டனையை நிகழ்த்தல் ஆகியவற்றை செயல்படுத்த ஜனாதிபதிக்கு அதிகாரம் அளிக்கப்பட்டுள்ளது.

கலாம் தனது 5 ஆண்டு பதவிக்காலத்தில் கற்பழிப்பு குற்றம் புரிந்த

தனஞ்சாய் சட்டர்ஜியின் கருணை மனுவை தள்ளுபடி செய்து தூக்கிலிட ஆணை கொடுத்து ஒரு தீர்மானமெடுத்தார்.

நிலுவையில் இருந்த 20 கருணை மனுக்களில் மிக முக்கியமான காஷ்மீரி தீவிரவாதி அப்சல் குருவிற்கு அவர் டிசம்பர் 2001 இல் பாராளுமன்றத்தின் மீது நடத்திய தாக்குதலுக்காக 2004 இல் உச்சநீதிமன்றம் மரண தண்டனை வழங்கியது.

2006 அக்டோபர் 20 ஆம் நாள் மரண தண்டனை நிறைவேற்ற வழங்கிய உத்தரவின் மீதான கருணை மனு நிலுவையில் வைக்கப் பட்டதால் அவர் மரண வரிசையில தொடர்ந்து வைக்கப்பட்டார்.

2007 ஜுன் 20 ஆம் தேதியில் தனது பதவிக்காலத்தின் இறுதியில் 2007 ஜனாதிபதித் தேர்தலில் தனது வெற்றி நிச்சயமாக இருந்தால் இரண்டாவது முறையாக குடியரசுத் தலைவர் பதவியில் நீடிக்க தனது சம்மதத்தை தெரிவித்தார் கலாம்.

எனினும் இரண்டு நாட்கள் கழித்து எந்த அரசியல் செயல்பாடுகளி லிருந்தும் ராஷ்ட்ரபதி பவனை சம்பந்தப்படுத்துவதை தவிர்க்க வேண்டும் என்று கூறி மறுபடியும் ஜனாதிபதி தேர்தலில் போட்டி யிடப்போவதில்லை என்று முடிவு செய்தார்.

2012 ஜுலை 24 இல் 12வது குடியரசுத் தலைவர் பிரதிபா பட்டிலின் பதவிக்காலம் முடிவு பெறும் நிலையில் ஏப்ரலில் ஊடக அறிக்கைகள் இரண்டாவது முறையாக கலாம் பரிந்துரைக்கப்படலாம் என்று கூறின.

அந்த அறிக்கைக்கு பிறகு சமூக வலைப்பின்னல் தளங்கள் கலாம் வேட்பாளராக நிற்பதற்கு ஆதரவை விரிவுபடுத்தும் நடவடிக்கை களில் செயல்பட்டன.

திரிணாமூல் காங்கிரஸ், சமாஜ்வாடி கட்சி மற்றும் இந்திய தேசிய காங்கிரஸ் ஆகிய கட்சிகள் தனது பரிந்துரையான கலாமை 2012 ஜனாதிபதி தேர்தல் வேட்பாளராக நிறுத்த ஆதரவு கொடுக்க வேண்டும் என்று பாரதிய ஜனதா கட்சி கூறியது.

தேர்தலுக்கு ஒரு மாதத்திற்கு முன்பு முலாயம் சிங் யாதவ் மற்றும்

மம்தாபானர்ஜி கலாமிற்கு தங்களது ஆதரவையும் அவரின் பெயரை முன்மொழியவும் ஆர்வம் தெரிவித்தனர். சம்மதம் தெரிவித்த சில நாட்களில் முலாயம் சிங்க் யாதவ் மம்தா பானர்ஜியை தனி ஆதரவாளராக்கி விட்டு பின் வாங்கினார். 2012 ஜுலை 18 ஆம் தேதியில் பல ஊடகங்களுக்கு பிறகு கலாம் 2012 ஜனாதிபதி தேர்தலில் போட்டியிட மறுத்துவிட்டார்.

8. கலாம் எனும் கவிஞர்

அப்துல்கலாம் மிக அற்புதமான கவிஞர், எழுத்தாளர் என்பது யாவரும் அறிந்த ஒன்றே.

கவிதை எழுதுபவர்களும், கவிதைகளை விரும்பிப் படிப்பவர்களும் அப்துல்கலாம் எழுதிய கவிதைகளைப் படித்துப் பார்க்கும்போது தான் அவரின் கவித்திறமையை அறிய முடியும்.

கவிதை எழுதுவதற்கான ஈர்ப்பு எப்படி உங்களுக்கு வந்தது என நடிகர் விவேக் கேட்டதற்கு மிக அற்புதமான விளக்கம் அளித்தார்.

'இன்ப எண்ணங்களும், துன்ப எண்ணங்களும் இணையும்போது கவிதை வெளிப்படுகிறது' என்றார். அப்போது ஒரு வெடிச்சத்தம் போல கிளம்பி கவிதையாக வெளிப்படுகிறது என்றார்.

அப்துல்கலாம் தமிழ் மற்றும் ஆங்கிலத்தில் ஏராளமான கவிதைகளை எழுதியுள்ளார். அவர் பேசும்போது கூட சிறு, சிறு கவிதைகளை வாசித்துக் கொண்டே உரையாற்றுவார். அவர் மிகப் பெரிய கவிதை களையும் எழுதி உள்ளார்.

அப்துல் கலாம் எழுதிய அக்னிச் சிறகுகள் என்ற சுய சரிதைப் புத்தகத்தில் என் அன்னை என்கிற தலைப்பில் ஒரு கவிதை இடம் பெறுகிறது. அது தனது அன்னைக்காக எழுதப்பட்ட கவிதையாகும். அவர் தாயின் மீது கொண்ட பாசத்தை வெளிப்படுத்தும் கவிதை யாகும். அக்கவிதையுடனே அந்தப் புத்தகம் துவங்குகிறது.

கலாம் எப்போதும் கவிதைகளை தனது டைரியில் எழுதி வைப்பது வழக்கம். எந்த சமயத்தில் எந்த சூழ்நிலையில் இந்தக் கவிதை எழுதப்பட்டது என்ற குறிப்பு அதில் இருக்கும்.

விமானத்தில் பறந்து கொண்டிருக்கும்போது கண்ட காட்சியை கவிதையாக எழுதியுள்ளார். அவருக்கு எம்.எஸ். சுப்புலட்சுமியின் பாடல்கள் மிகவும் பிடிக்கும்.

எம்.எஸ்.சுப்புலட்சுமி இயற்கை எய்தியபோது அவரின் நினைவாக ஒரு கவிதையை எழுதியுள்ளார்.

அப்துல் கலாம் ஜனாதிபதியாக இருந்தபோது மறைந்த ராணுவ வீரர்களுக்கு அஞ்சலி செலுத்தும்போது கவிதை எழுதிச் செல்வார். அதனை வாசிக்காமல் அதன் பிரதிகளை விநியோகம் செய்வார்.

அவ்வாறு அவர் இரண்டு மூன்று கவிதைகளை ராணுவ வீரர்களின் தியாகத்தைப் புகழ்ந்து எழுதியுள்ளார்.

அப்துல்கலாம் அதுபோல பிறர் எழுதிய கவிதைகளையும் படித்துப் பாராட்டும் பழக்கம் உள்ளவர்.

ஒரு வார இதழில் நடிகர் விவேக் எழுதிய இரண்டு வரிக் கவிதை :

'காலையில் நாம் சீரியல் சாப்பிடுகிறோம்
மாலையில் சீரியல் நம்மை சாப்பிடுகிறது'

என்ற வரிகளைப் படித்து விவேக்கை சந்தித்தபோது பாராட்டினார்.

9. உதவும் பண்பு

எப்போதும் பிறருக்கு உதவும் பண்புடைய அப்துல்கலாம் தாம் செய்த உதவிகளை வெளியில் சொல்ல மாட்டார்.

அப்துல்கலாம் எய்ட்ஸ் பாதித்த இரண்டு குழந்தைகளுக்கு உதவி செய்த விபரம் கலாம் இறந்த பின்பே ஒரு இளம் பெண் மூலம் தெரிய வந்தது.

ஒடிஸா மாநிலத்தின் சேந்திபாரா மாவட்டத்தில் உள்ள ஓலாவர் என்ற கிராமத்தில் எய்ட்ஸ் நோயால் பாதிக்கப்பட்ட இரண்டு குழந்தைகளுக்கு 2005 ஆம் ஆண்டில் அப்துல்கலாம் உதவி செய்துள்ளார்.

எய்ட்ஸ் பாதிப்புக்கு ஆளாகி எனது தாயும் தந்தையும் இறந்து விட்டனர். எச்.ஐ.வி. தொற்றினால் எனது தம்பி, தங்கை ஆகிய இருவரும் பாதித்துள்ளனர். அவர்களைக் காப்பாற்ற உதவிடுமாறு அப்துல்கலாமிற்கு அக்குடும்பத்தை சேர்ந்த இளம் பெண் கடிதம் எழுதியிருந்தார்.

அப்பெண்ணிற்கு அப்துல்கலாம் கடிதம் எழுதியதோடு அத்துடன் 20 ஆயிரத்துக்கான காசோலையும் அனுப்பி வைத்தார்.

அதனைக் கண்ட பெண்ணின் மகிழ்ச்சிக்கு அளவே இல்லை. கலாமின் உதவிக்குப் பிறகு ஒடிஸா முதல்வர் அலுவலகமும் 20 ஆயிரம் நிதி அளித்தது.

அந்த இளம் பெண்ணின் தம்பி, தங்கைக்கு அரசின் மருத்துவ உதவியும் கிடைத்தது. தொடர்ந்து 10 ஆண்டுகள் மருத்துவத்திற்குப் பிறகு தம்பியும், தங்கையும் எய்ட்ஸ் நோய்க்கு எதிரான போரில் வெற்றியும் பெற்றுள்ளனர் என அவர் தெரிவித்துள்ளார்.

உரிய நேரத்தில் அப்துல்கலாம் தலையிட்டதால் அக்குழந்தை களுக்கு மறுவாழ்வு கிடைத்தது.

அப்துல்கலாம் மறைவைக் கேள்விப்பட்ட அந்த இளம்பெண் தங்கள் குடும்பத்தில் ஒருவரை இழந்து விட்டதாகக் கருதுகிறேன் என பி.டி.ஐ செய்திக்குப் பேட்டி கொடுத்துள்ளார்.

10. அன்பளிப்புகளை விரும்பாத அன்பு மனிதர்

அப்துல்கலாம் குடியரசுத் தலைவராக இருந்தபோது ஏராளமான பரிசுப் பொருட்கள் அவருக்கு பலரும் கொண்டு வந்து கொடுப்பார்கள். வெளிநாட்டிலிருந்தெல்லாம் பரிசுப் பொருட்கள் வரும்.

கலாம் அந்தப் பரிசுப் பொருட்கள் அனைத்தையும் போட்டோ எடுத்து வைத்து வகைப்படுத்துவார். அவை எல்லாவற்றையும் ஆவணக் காப்பகத்திற்கு அனுப்பி விடுவார்.

மேடையில் அவருக்கு யாராவது பரிசுப் பொருட்கள் வழங்கினால் அதனை அவர் எடுத்துச் செல்ல மாட்டார்.

ஒரு நண்பர் அப்துல்கலாமிற்கு கிரைண்டர் ஒன்றைப் பரிசாக கொடுத்தார். கலாம் உடனடியாக அந்த கிரைண்டருக்கான செக்கை அனுப்பி வைத்தார். அத்தோடு நிற்கவில்லை. இந்த செக்கை வங்கியில் போடவில்லை என்றால் கிரைண்டரை திருப்பி அனுப்பி விடுவேன் எனது கூறினார்.

சௌபாக்கியா கிரைண்டர் நிறுவனத்தின் இயக்குனர் ஒரு முறை இந்த நிகழ்வு பற்றி ஒரு நேர்காணலில் தெரிவித்திருந்தார்.

அவருடைய தனிச் செயலர் நாயர் கூறும்போது, 'தனக்கு வந்த பரிசுப் பொருட்களில் ஒன்றைக் கூட தனக்குப் பயன்படும் என எடுத்து வைத்துக் கொண்டதில்லை, ஒரு பென்சிலைக் கூட தனக்கு என்று எடுத்துக் கொண்டதில்லை' என்று தெரிவித்தார்.

By
His Excellency the

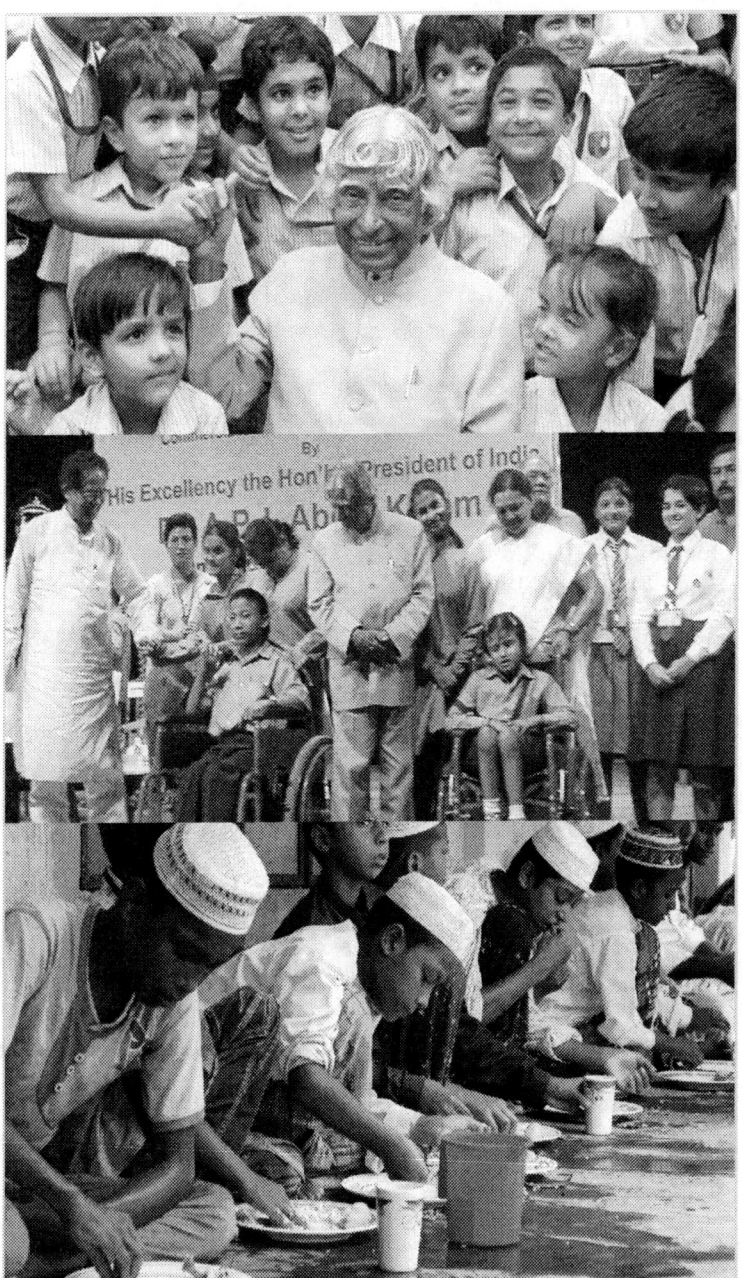

மேலும் அப்துல்கலாம் அன்பளிப்புகளை விரும்பாத மனிதர். தன்னைப் பார்க்க வருபவர்கள் அன்பளிப்புகளை கொடுக்க வேண்டாம் என கூறி விடுவார். உடன் இருக்கும் அதிகாரிகளிடம் இது குறித்து ஏற்கனவே கூறி விடுவார்.

அதனையும் மீறி அன்பளிப்பை அவரிடம் வழங்கினால் அதனை அதே இடத்தில் வைத்து விடுவார்.

குடியரசுத் தலைவராக இருந்த காலத்தில் தனக்கு வந்த எந்த அன்பளிப்பையும் ஓய்வு பெற்றபோது அவர் எடுத்துச் சென்றதில்லை.

தான் பணம் கொடுத்து வாங்கிய பொருட்களை மட்டுமே குடியரசு மாளிகையிலிருந்து எடுத்துச் சென்றார். அதுகூட புத்தகங்கள் மட்டுமே!

அப்துல்கலாம் வெளிநாடுகளுக்கு பயணம் செய்தபோது அன்பளிப் பாக வழங்கப்படும் பரிசுப் பொருட்களை வாங்க மறுத்தால் அவர்களை அவமானப்படுத்துவது போல அமைந்து விடும் என்ற காரணத்திற்காக அதனை வாங்கிக் கொள்வார்!

அப்பொருட்களை அவர் தனது குடும்பத்தினருக்கு வழங்காமல் ஆவணக் காப்பகத்திற்கு வழங்கி விடுவார்.

11. இப்தார் விருந்து பணம் அனாதைக் குழந்தைகளுக்கே!

ஒவ்வொரு ஆண்டும் ரமலான் மாதத்தில் குடியரசுத் தலைவர் இப்தார் விருந்தளிப்பது என்பது வழக்கமான ஒரு பாரம்பரியமான நிகழ்வாக ஜனாதிபதி மாளிகையில் நடக்கும்.

2002 ஆம் ஆண்டு அப்துல் கலாம் குடியரசுத் தலைவராக பதவி ஏற்றார். அந்த ஆண்டு இஃப்தார் விருந்து அளிக்க வேண்டிய தருணம். அப்துல்கலாம் தன்னுடைய தனிச் செயலாளர் பி.எம். நாயரை அழைத்து விருந்திற்கு ஆகும் செலவு பற்றி விசாரித்தார்.

விருந்து கொடுப்பதற்காக 22 லட்சம் ரூபாய் செலவு செய்வோம் என்று நாயர் கூறினார்.

இருக்கப்பட்டவர்களுக்கும் வசதியானவர்களுக்கும் விருந்து அளிப்பதால் என்ன பயன் கிடைக்கப் போகிறது. இல்லாத ஏழைகளுக்கு அல்லது அனாதைக் குழந்தைகளுக்கு அது கிடைத்தால் எவ்வளவு பயன் உள்ளதாக இருக்கும் என்கிற ஆலோசனையை வழங்கினார்.

அந்த 22 லட்சத்தையும் அனாதை இல்லங்களுக்கு பிரித்துக் கொடுங்கள். அந்தத் தொகைக்கு இணையான உணவுப் பொருட்களை வாங்க ஏற்பாடு செய்யுங்கள் என உத்தரவிட்டார் கலாம்.

அத்துடன் அவருடைய சொந்தப் பணமாக ஒரு லட்சத்தைக் கொடுத்து 23 லட்ச ரூபாய்க்கு குழந்தைகளுக்கு உணவு ஏற்பாடு செய்யுங்கள் எனத் தனித்தனி செயலாளர் நாயரிடம் தெரிவித்தார் கலாம்.

அப்துல்கலாம் ஜனாதிபதியாக இருந்தவரை ஜனாதிபதி மாளிகையில் இப்தார் விருந்து அளிக்கப்படவில்லை. அவர் பதவி வகித்த 5 ஆண்டுகளும் இப்தார் விருந்துக்குட்பட்ட பணத்தை அனாதைக் குழந்தைகளின் உணவிற்காக வழங்கி விட்டார்.

12. தமிழ்மொழி மீது தீராக் காதல்

குடியரசுத் தலைவர் அப்துல்கலாம் தமிழ் மொழி மீது தீராக் காதலும், பற்றும் கொண்டவர்.

அவர் தனது பள்ளி வாழ்க்கையில் தாய் மொழியான தமிழ் மொழி வாயிலாகவே கல்வி பயின்றார்.

தமிழ்மொழி அவரின் வாழ்க்கை முன்னேற்றத்திற்கு அச்சாரமாகவும் இருந்தது. தமிழ்வழிக் கல்விதான் நம் தமிழ்நாட்டில் அப்துல் கலாம் போன்ற எண்ணற்ற மேதைகளையும் உருவாக்கித் தந்துள்ளது.

அப்துல் கலாமின் கனவுகளில் முக்கியமானது அனைவரும் தாய் மொழிவழிக் கல்வி கற்க வேண்டும். உயர்ந்த பதவிகள் வகித்த இடங்களிலும் தமிழ்மொழியை அவர் விட்டுக் கொடுக்கவில்லை.

தமிழரைக் கண்டு விட்டால் அவர் தமிழில் தான் பேசுவார். அருகில் இருப்பவர்களுக்கு தமிழ் புரிந்தாலும, புரியா விட்டாலும் தமிழில் தான் பேசுவார்.

இளைஞர்கள் தமிழ்வழி மூலமாகவே கல்வி பயில வேண்டும் என ஆசைப்பட்டார். இலக்கியத் தமிழ் தவிர அறிவியல் தமிழை வளர்க்க வேண்டும் என்றார்.

தமிழ் மொழியில் எப்படி வளர்ச்சி ஏற்படுத்துவது மற்றும் அதன் வளர்ச்சியின் மூலம் நாம் எப்படி செழிப்பாக வாழலாம் என்பதைப் பற்றியும் அவர் பல இடங்களில் உரையாற்றியுள்ளார்.

தமிழ்ப் பல்கலைக்கழகம், தமிழ்மொழி மீது ஆர்வம் உள்ளவர்கள், தமிழ்த்துறையின் தலைவர்கள், தமிழ் படிக்கும் மாணவர்கள் ஆகியோர் ஆறு முக்கிய செயல்திட்டங்களைச் செய்ய வேண்டும்.

அறிவியல், கணிதம், இயற்பியல், வேதியியல், உயிரியல், வேளாண்மை, மின்னியல், பொறியியல், தொழில்நுட்பம், மருத்துவ வேளாண்மை, சட்டம் போன்ற உயர்கல்வி, ஆராய்ச்சித் துறைகளில் பயன்பாட்டு மொழியாகத் தமிழைக் கொண்டு வரத் தேவையான தமிழ்ச் சொற்களை உருவாக்க வேண்டும் என்பதை அப்துல் கலாம் வலியுறுத்திப் பேசியுள்ளார்.

அப்துல்கலாம் மேலும் பல ஆலோசனைகளைத் தனது உரையில் குறிப்பிட்டுள்ளார். தமிழ் மொழியை நாம் எப்படி வளர்த்தெடுக்க வேண்டும் என்பதற்கான ஆக்கப் பூர்வமான ஆலோசனைகளை வழங்கியுள்ளார்.

அனைத்துத் துறைகளிலும் உள்ள பாடப் புத்தகங்களை ஆங்கிலம், உலக மொழிகளில் வெளிவரும் ஆராய்ச்சி நூல்களை அந்தத் துறையைச் சேர்ந்த வல்லுநர்களோடு சேர்ந்து அதன் செழுமை மாறாமல் தமிழ் மொழியில் மாற்றம் செய்ய வேண்டும்.

அதைக் கல்வி பயில்வதற்கான நூலகமாக மாற்றம் செய்ய வேண்டும். அதை அனைத்து உயர்கல்வி நிலையங்களுக்கும் கொண்டு சேர்க்க வேண்டும்.

உலகத் தொடர்பு மொழியான ஆங்கிலத்தையும், தாய்மொழி யான தமிழையும் அடிப்படையாக வைத்து நமது மொழியை வளர்க்க வேண்டும்.

தமிழ் மொழியின் வாயிலாகச் செய்யப்பட்ட ஆராய்ச்சிகளை ஆங்கிலத்தில் மொழிபெயர்ப்புச் செய்து உலக அளவில் அவற்றைக் கொண்டு செல்ல வேண்டும். அதைப் புத்தகங்களாகவும், ஆராய்ச்சி நூல்களாகவும் வெளியிடுவது அவசியம்.

தமிழ்மொழி வளர்வதற்கு உயர்கல்வி மற்றும் தொழில் நிறுவனங் களின் பங்கு மிகவும் முக்கியமானது.

தொழில்நுட்பங்கள், அறிவியல், மருத்துவம் போன்ற துறைகளில் தமிழ் மொழியிலேயே ஆராய்ச்சிகளைச் செய்து தாய் மொழியி லேயே சிந்திக்கும் திறனையும், கற்பனைத் திறனையும் மேம்படுத்த வேண்டும்.

இதன் மூலம் நாம் உலகத் தரத்தோடு புதிய சாதனங்களை, இயந்திரங் களை உற்பத்தி செய்து உலக நாடுகளோடு போட்டி போட்டு வெற்றி பெற முடியும். இத்தகைய சூழ்நிலையை ஏற்படுத்துவதற்கான கொள்கைகளை வகுக்க வேண்டும். இதன் மூலம் தொழில் மேம்பாடு அடைவதோடு வேலை வாய்ப்பும் அதிகரிக்கும்.

மாணவர்கள் தங்களுக்குப் பிடித்த துறையைத் தேர்ந்தெடுத்து படிக்கும் சூழல் ஏற்படுவதுடன் தாய்மொழியிலேயே படிப்பதால் தமிழும் வளரும்.

இரண்டு பேருக்கும் தமிழ் தெரியும். ஆனால் ஆங்கிலத்தில் பேசு வதைப் பெருமையாகக் கருதி ஆங்கிலத்தில் பேசுவார்கள். தமிழ் நாட்டில் பிறந்து ஆங்கில வழிக்கல்வி பயின்ற பலர் தனக்கு தமிழ் தெரியாது, அவ்வளவாக வராது எனப் பேசுவதைக் கேட்டிருப் போம். தமிழ் நமது தாய்மொழி. தாய்மொழியான தமிழில் தமிழர் களிடம் பேசுவதை விடுத்து ஆங்கிலத்தில் பேசுவது என்பது கௌரவம் ஆகிவிட்டது.

அப்துல்கலாம் தமிழ் பேசுவதைப் பெருமையாகக் கருதினார். அவர் விஞ்ஞானியாக உயர்ந்த பின்னும் வாய்ப்பு கிடைத்த இடங்களில்

எல்லாம் தமிழில் உரையாடினார். அவரின் உரையில் திருக்குறள் எப்போதும் இடம் பெறும். அதே போல் தமிழ் இலக்கியங்களி லிருந்து மேற்கோள் காட்டிப் பேசுவார்.

பல மேடைகளில் சங்க இலக்கியம், தொல்காப்பியம் போன்ற வற்றிலிருந்து மேற்கோள் காட்டி, இன்றைய இளைஞர்களுக்கு தேவையான அனைத்தும் அந்த இலக்கியங்களில் இருக்கின்றன என்பதை விளக்குவார். இதன் மூலம் அவர் தமிழ் இலக்கியங்களை யும் நன்கு படித்து தெரிந்துள்ளார் என்பதை நம்மால் அறிய முடிகிறது.

அப்துல்கலாம் தமிழை மிகவும் நேசித்த மாமனிதராகத் திகழ்ந்தார். ஜனாதிபதியாக இருந்த காலத்தில் ஜனாதிபதி மாளிகைக்கு அதிக மான தமிழர்கள் வந்து சென்றுள்ளனர்.

தமிழகத்திலிருந்து டெல்லிக்கு வரும் தமிழ்த் திரைப்படத் துறையினர் அப்துல்கலாமை சந்தித்து விட்டு செல்வது வழக்கம். அவ்வகையில் நடிகர் விவேக் டெல்லி செல்லும் போதெல்லாம் அப்துல்கலாமை சந்தித்த பின்னரே தமிழ்நாடு திரும்புவார்.

13. மரண தண்டனை ஒழிக்கப்பட வேண்டும்

இந்தியாவிலிருந்து மரண தண்டனை முற்றாக ஒழிக்கப்பட வேண்டும் என்பது அப்துல்கலாமின் கனவாக இருந்தது.

அப்துல்கலாம் மரண தண்டனைக்கு எதிரானவராகவே எப்போதும் இருந்தார். மரண தண்டனை கூடாது என்று வலியுறுத்தினார்.

மரண தண்டனை தொடர்பாக சட்ட ஆணையம் பலரின் கருத்துக் களைக் கேட்டிருந்தது. மரண தண்டனை தொடர்ந்து நீட்டிக்க வேண்டும் எனப் பலர் கருத்து தெரிவித்திருந்தனர்.

கலாம் உட்பட சிலர் மட்டுமே மரண தண்டனை வேண்டாம் எனப் பதில் அளித்தனர்.

அப்துல்கலாம் தாம் அளித்த பதிலில், 'நான் குடியரசுத் தலைவ ராக இருந்தபோது மரண தண்டனையை ஆயுள் தண்டனையாக குறைக்கக் கோரி நிறைய கருணை மனுக்கள் வந்தன. இவற்றின் பெரும்பாலானவற்றில் முடிவு எடுப்பதில் மிகுந்த வலியை உணர்ந் தேன். இது எனது பதவிக் காலத்தில் மிகவும் கடினமான பணிகளில் ஒன்றாகவே இருந்தது' என்று குறிப்பிட்டிருந்தார்.

தூக்குத் தண்டனை விதிக்கப்பட்டவர்கள் நீண்ட காலம் சிறையில் இருந்தால் அவர்களது தண்டனையை ஆயுள் தண்டனையாக மாற்றலாம் என்று உச்சநீதிமன்றம் பல்வேறு தருணங்களில் தீர்ப்பளித்துள்ளது.

14. புத்தகங்கள் எனது நெருங்கிய நண்பர்கள்

அப்துல்கலாமின் வாழ்க்கையில் புத்தகங்கள் பல்வேறு மாற்றங் களைக் கொண்டு வந்தன. அவர் 1950 ஆம் ஆண்டில் சென்னை மோர் மார்க்கெட்டில் இருந்த பழைய புத்தகக் கடையில் ஒரு புத்தகத்தை வாங்கினார்.

ஒரு கட்டுரைப் போட்டியின்போது அப்துல்கலாமிற்குப் பரிசாக மு.வரதராசனார் எழுதிய திருக்குறள் தெளிவுரை என்ற நூல் கிடைத்தது. இந்த இரண்டு புத்தகங்களும் அந்தக் காலகட்டத்தில் நெருங்கிய நண்பர்களாகி விட்டன.

ஐம்பது ஆண்டுகளுக்கும் மேலாக அவை அவருடைய தோழனா கவே இருந்தன. அவை இரண்டும் அவரை விட்டுப் பிரியாமலே இருந்தன.

அப்புத்தகங்களை கலாம் பலமுறை திரும்பத் திரும்பப் படித்து விட்டார். அவை இரண்டும் பழையதாகி விட்டன. ஆனால் அவை இரண்டும் அப்துல்கலாமை ஒரு உயர்ந்த மனிதனாக உருவாக்கி விட்டன. எப்போதாவது அவருக்கு சிக்கல்கள் ஏற்பட்டால் அந்தப் புத்தகங்களை எடுத்துப் படிப்பார்.

அப்போது அவரது மனம் பாரம் குறைவதோடு அவற்றின் அனுபவங்கள் அவரின் கண்ணீரைத் துடைக்கும் அளவிற்கு மன வலிமை தந்து உதவின.

'மகிழ்ச்சி நம்மை இன்பத்தில் மூழ்கடிக்கிறபோதே அவை நம் மனதை மெலிதாய் வருடி நம்மைச் சமநிலைக்கு கொண்டு வருகின்றன. அடிப்படையில் புத்தகங்கள் அமரத்துவம் வாய்ந்தவை' எனப் புத்தகங்களின் சிறப்பை எடுத்துக் கூறியுள்ளார்.

கலாம் எப்போதும் புத்தகங்களை படித்துக் கொண்டே இருப்பார். புத்தகங்கள் என் நெருங்கிய நண்பர்கள் எனக் கூறுவார். ஏராளமான புத்தகங்களை படிக்கும் அப்துல்கலாம் புத்தகங்களை நண்பர் களாக்கி கொள்ள வேண்டும் என்று மாணவர்களிடம் கூறுவார்.

கண்ணீரைத் துடைப்பதற்கும், மகிழ்ச்சியை பகிர்ந்து கொள்ளவும் புத்தகங்கள் துணையாக இருப்பதாக மாணவர்களிடம் அப்துல் கலாம் மனம் திறந்து பேசியுள்ளார்.

ஒரு நல்ல நூல் நூறு நல்ல நண்பர்களுக்குச் சமம் என்று அவர் குறிப்பிட்டுள்ளார்.

மேலும் 'புத்தகங்கள் கனவுகளை வளர்க்கும். கனவுகள் எண்ணங் களை உண்டாக்கும். எண்ணங்கள் செயல்களை உருவாக்கும்' எனப் புத்தகங்கள் படிப்பதன் முக்கியத்துவத்தை அவர் வலியுறுத்தியுள்ளார்.

குடியரசுத் தலைவர் பதவியிலிருந்து அவர் ஓய்வு பெற்ற பிறகு, மாளிகையை விட்டு வெளியேறியபோது அவர் வெளியே எடுத்து வந்த இரண்டு சூட்கேஸ்களில் புத்தகங்களே இருந்தன.

ஒவ்வொரு நிகழ்ச்சிகளிலும் மாணவர்கள் மற்றும் இளைஞர்களைச் சந்திக்கும் போதெல்லாம் தினமும் ஒரு மணி நேரமாவது புத்தகம் படிக்க வேண்டும் என்றார்.

ஒரு முறை ஈரோட்டில் நடந்த புத்தகக் கண்காட்சியின்போது புத்தகங்களின் அருமை குறித்து பல்வேறு கருத்துக்களைப் பகிர்ந்து கொண்டார் அப்துல்கலாம்.

ஒவ்வொரு குழந்தைக்கும் ஒரு நூலகம் எனும் கனவு எதிர்காலத்தில் நோபல் பரிசு அறிஞர்களை உருவாக்கும் ஒரு பெரிய முயற்சியாகும்.

புத்தக கண்காட்சிக்கு வந்திருந்த மக்கள் ஒரு உறுதிமொழியை எடுத்துக் கொள்ள வேண்டும் என்ற வகையில் கலாம் சில கருத்துக் களை உரக்கக் கூறினார்.

இன்று முதல் நான் 20 புத்தகங்களுடன் ஒரு குடும்ப நூலகத்தை தொடங்குவேன்.

எனது மகளும், மகனும் இந்த குடும்ப நூலகத்தை 200 புத்தகங் களாக்குவார்கள். எமது பேரக் குழந்தைகள் குடும்ப நூலகத்தை 2000 புத்தகங்களாக்குவார்கள்.

நான் எங்களுடைய நூலகத்தை வாழ்க்கை முழுமைக்காக செல்வ மாகவும், விலை மதிப்பற்ற சொத்தாகவும் கருதுகிறேன்.

நாங்கள் குடும்ப உறுப்பினர்களுடன் சேர்ந்து படிப்பதற்கு குடும்ப நூலகத்தை குறைந்தது 1 மணி நேரம் செலவழிப்போம்.

ஒரு குடும்ப நூலகத்தை எப்படி தனது சந்ததியினர் மிகப்பெரிய நூலகமாக உருவாக்க முடியும் என்பதை அவர் விளக்கினார். அவர் கூறிய ஆலோசனையைப் பின்பற்றினால் ஒவ்வொரு குடும்பத்திலும் ஒரு நல்ல நூலகத்தை உருவாக்கலாம்.

15. என் வாழ்வில் திருக்குறள்

குடியரசுத் தலைவர் அப்துல்கலாம் திருக்குறளை மிகவும் ஆழமாக நேசித்ததுடன் மட்டுமல்லாது அதன் நெறிவழியே வாழ்க்கையில் பயணித்தவர் ஆவார்.

திருக்குறளின் நெறியை தன் வாழ்நாளின் கடைசி வரை பின்பற்றி னார். திருக்குறள் காட்டிய வழியில் மாமிசம் மற்றும் மதுவை தவிர்த்தார். தனது வாழ்நாள் நெடுகிலும் சைவ உணவையே

உண்டார். திருக்குறள் தந்த அறநெறியே காரணம்.

தனக்கு தன்னம்பிக்கையையும் ஊக்கத்தையும் திருக்குறளே தந்தது என அவர் பலமுறை கூறி இருக்கிறார். அது மட்டுமின்றி எந்த மேடையானாலும் திருக்குறளை உதாரணம் காட்டிப் பேசாமல் இருந்ததில்லை கலாம்.

அப்துல்கலாம் பள்ளியில் படிக்கும்போதே திருக்குறள் மீது ஆர்வம் ஏற்பட்டது. அப்துல்கலாம் பள்ளியில் படிக்கும்போது அவரது தமிழாசிரியர் திருமலைக்கண்ணன் என்பவர் திருக்குறளைப் பாடி பாடி பரவசப்படுத்தினார். அவர் வினைத்திட்பம் என்கிற 67வது அதிகாரத்தில் இருந்து 666 வது திருக்குறளை திரும்பத் திரும்ப பாடுவார். அத்திருக்குறள் அப்துல்கலாமின் மனதில் ஆழமாகப் பதிந்தது.

'எண்ணிய எண்ணியாங்கு எய்துப எண்ணியார்
திண்ணியர் ஆகப் பெறின்'

இந்தத் திருக்குறள் தான் அப்துல்கலாமின் வாழ்வில் ஒரு அஸ்திவாரமாக அமைந்து விட்டது. அவரது வாழ்வின் லட்சியத்தைக் கொண்டு வந்த சக்திமிக்க குறளாக மாறியது. அவருக்கு சோதனையும், வேதனையும் ஏற்பட்ட சமயத்தில் இக்குறள்தான் அவருக்கு உத்வேகத்தை ஊட்டியது.

16. காலம் பொன் போன்றது

காலம் என்பது பொன் போன்றது. நேரம் தவறாமை என்பதை ஒவ்வொரு நொடிப் பொழுதிலும் கருத்தில் கொள்ள வேண்டும் என்பதில் கலாமின் வாழ்க்கை ஒரு முன்னுதாரணமாக விளங்குகிறது.

மாணவ, மாணவியர்கள் கேட்ட கேள்விக்கு அப்துல்கலாம் பதில் அளிக்கும்போது, தனது கல்லூரி வாழ்க்கையில் ஏற்பட்ட ஒரு அனுபவத்தைக் கூறினார்.

'கல்லூரிப் பேராசிரியர் சீனிவாசன் என்பவர் குறைந்த உயரத்தில் பறக்கும் விமானத்தைக் கண்டுபிடிக்கும் திட்டத்தை எனக்குக் கொடுத்தார்.

ஆறு மாத காலத்தில் 7 பேர் கொண்ட குழுவாக செயல்பட்டு விமானத்தை வடிவமைத்தார். போராசிரியரிடம் காண்பித்தபோது அதனை அவர் ஏற்றுக் கொள்ளவில்லை.

மூன்று நாட்கள் மட்டுமே அவகாசம் கொடுத்து அதனை மாற்றி அமைக்குமாறு தெரிவித்தார். மூன்று நாட்களில் அதனை வெற்றிகரமாக செய்து முடித்தோம். அப்போதுதான் நேரத்தின் அருமை குறித்து உணர்ந்தேன். மேலும் மன அழுத்தத்தை எவ்வாறு எதிர் கொள்வது என்பதும் தெரிந்தது.

இச்சம்பவத்திற்கு பின் சரியாக நேரத்தை பின்பற்ற வேண்டும் என்கிற எண்ணம் அவருக்கு தோன்றியது.

அதன் பின்னர் உயர் பதவிக்குச் சென்ற பிறகும் நேரத்தை பின்பற்றத் தொடங்கினார் கலாம். குறிப்பிட்ட நேரத்தில் அனைத்து நிகழ்ச்சிகளிலும் கலந்து கொண்டார்.

அத்துடன் இளைய தலைமுறையினரும் நேரம் தவறாமையைக் கடைப்பிடிக்க வேண்டும் என அப்துல்கலாம் வலியுறுத்தினார்.

ஒரு முறை சென்னை குரோம்பேட்டை எம்.ஐ.டியின் பொன்விழா ஆண்டு நிறைவு விழாவுக்கு உரையாற்ற வந்தார் கலாம்.

அவர் நெடுஞ்சாலையில் இருந்து எம்.ஐ.டி வளாகத்தினுள் செல்ல ரயில் தண்டவாளத்தைக் கடந்து செல்ல வேண்டும்.

அவர் வந்த நேரத்தில் ஏதோ ஒரு ரயிலுக்காக கேட் மூடப்பட்டிருந்தது. அவரது கார் கேட்டுக்கு அந்தப் பக்கமாக நின்று விட்டது.

ரயில் வர எப்படியும் சிறிது நேரம் ஆகும். காலம் தவறக் கூடாதே, குறித்த நேரத்தில் மேடையில் இருந்தாக வேண்டுமே என்ற எண்ணத்தில் காரை விட்டு இறங்கினார்.

கேட்டுக்குக் கீழே குனிந்து தண்டவாளத்தை தாண்டி நடக்க

லானார். உடன் வந்த கருப்புப் பூனைப் படைகள் இதை எதிர் பார்க்கவில்லை.

சாலையில் நடந்து சென்ற பாதசாரிகள் அவரை அடையாளம் கண்டு கொண்டு 'டாக்டர் கலாம் போறார்' என்று அவர் பின்னாடியே ஓடி வந்தார்களாம். மறுநாள் பத்திரிகைகளில் இதுதான் சிறப்பு செய்தி.'

17. எப்போதும் எளிமை

அப்துல்கலாம் எப்போதும் எளிமையுடன் அடையாளமாகவே திகழ்ந்து வந்தார். பகட்டான ஆடைகளை அவர் அணிந்ததே கிடையாது.

விலை உயர்வான உடைகளை அவர் அணிந்து கொள்ள விரும்பிய தில்லை. தனக்கும் மற்றவர்களுக்கும் பாகுபாடு அல்லது வித்தியாசம் தெரியும் வகையில் அணிந்தது கிடையாது.

ஜனாதிபதியாக ஆவதற்கும் முன்பும், அதன் பின்பும் ஒரே மாதிரி யான ஆடைகளை மட்டுமே அணிந்து வந்தார். தன்னை யாரும் உயர்வாக கருத வேண்டும் என்கிற எண்ணம் சிறிதும் இல்லாமல் இருந்தார்.

அவர் இரண்டு பேண்ட், இரண்டு சர்ட், இரண்டு கோட் என்கிற அடிப்படையிலேயே தனக்கு வேண்டிய ஆடைகளை வைத்திருந் தார். அவருடைய ஆடைகள் அனைத்தையும் வைக்க ஒரு சூட்கேஸ் போதும்.

அவர் முழுக்கை சட்டை அணிந்து கொள்வார். அந்த உடையும் சாதாரணமானது. குளிர் காலத்தில் மட்டுமே கோட் அணிவார்.

அவர் நீலக்கலர் சர்ட்டும், நீலக்கலர் பேண்ட் மட்டுமே அணிவார். அவருக்கு நீலக்கலர் மிகவும் பிடிக்கும். 'வானமும் கடலும் நீல நிறமாக இருக்கிறது. ஆகவே எனக்கு நீலக்கலர் மட்டுமே பிடிக்கும்' என்பார்.

சிறு பையனாக இருந்த சமயத்தில் கலர் கலராக உடை அணிந்தது உண்டா என அப்துல்கலாமிடம் நடிகர் விவேக் கேள்வி ஒன்று கேட்டார்.

‘எனக்கு சிறு வயதில் கலர் கலராக உடையணியும் வாய்ப்பு கிடைக்க வில்லை. ஆனால் வேலைக்கு சென்ற பிறகுதான் ஆடைகள் வாங்கும் வாய்ப்பு இருந்தது. பணம் இருந்தது. ஆனாலும் வித விதமான கலரில் ஆடை அணியும் விருப்பம் இல்லை’ என்றார்.

அப்துல்கலாமிற்கு புதிய ஆடைகளை வாங்கும் அளவிற்கு வசதிகள் வந்தபோது கூட அவர் எளிமையாகவே இருந்தார். ஆடைகள் மீது அவருக்கு எந்த மோகமும் ஏற்படவில்லை. அப்துல்கலாம் அணிந்திருந்த கோட்டில் பின்புறம் தையல் விட்டு இருந்ததை நடிகர் விவேக் நேரில் கண்டார். ஆடைக்கு அதிகம் முக்கியத்துவம் கொடுக்காத மனிதராக அப்துல்கலாம் வாழ்ந்துள்ளார்.

அப்துல்கலாம் இரண்டு முறை மட்டுமே புதிய ஆடைகளை அணி வார். ஆடைகள் சீக்கிரம் கிழியாமல் இருக்க சில சமயம் அதிகமாக தையல்கள் போடுமாறு அவரது டெய்லரிடம் சொல்வதுண்டு.

டெல்லி ஆரிய சமாஜ் சாலையில் ஃபேர் டீல் ஷாப் என்ற பெயரில் அமர் ஜெயின் என்பவர் தையலகம் நடத்தி வந்தார். அவரிடம் கடந்த 20 ஆண்டுகளாக அப்துல்கலாம் தனது உடைகளை தைத்து வந்தார்.

வெளிறிய நிறங்களே அப்துல்கலாமிற்கு பிடிக்கும். மேல் சட்டை யில் தங்க நிற பொத்தான்களும், அதற்கு மேல் அணியும் கோட்டில் வெள்ளைநிற பொத்தான்களும் எப்போதும் இருக்கும்.

அவர் குடியரசுத் தலைவர் ஆன பிறகும் அதே டெய்லரிடமே துணிகளை தைத்து வந்தார். குடியரசுத் தலைவர் ஆன பிறகு பந்த் கலா என்ற கோட் தைக்க கொடுத்தார். பந்த்கலா என்பது கழுத்தை மூடியபடி இருப்பது.

இப்படிப்பட்ட ஒரு ஆடையை அமர்ஜெயன் வடிவமைத்துக் கொடுத்தார். அந்த ஆடை அப்துல்கலாமின் கழுத்தை இறுக்கியபடி இருந்தது. அது அவருக்கு வசதியாக இல்லை.

ஆகவே அடுத்த முறை தைக்கும்போது கழுத்துக்கு அருகே சற்று இடைவெளி விட்டே தைக்கும்படி கூறினார்.

அதற்கான காரணத்தை டெய்லர் கேட்டார். இப்படி ஒரு குடியரசுத் தலைவரின் குரல் வளையை ஆடை நசுக்கினால் அவரால இந்த நாட்டின் முன் எப்படி பேசுவார். மக்களிடம் எப்படி தனது கருத்தைச் சொல்வார் எனச் சிரித்தபடியே பதில் அளித்தார் என டெய்லர் தெரிவித்துள்ளார்.

அதன் பிறகு தைக்கப்பட்ட பந்த்கலா சூட்டின் கழுத்தின் பொத்தான் இன்றி விடப்படும் இடைவெளிக்கு கலாம் கட் எனப் பெயர் வந்தது.

ரம்ஜான் பண்டிகைக்கு முன்பாக இரண்டு கோட், சூட் ஆடைகளை தைத்துக் கொடுக்குமாறு டெய்லரிடம் அப்துல்கலாம் கூறி இருந்தார்.

தைத்த ஆடைகளை அவர் வசித்த வீட்டில் கொண்டு சென்று கொடுப்பது டெய்லரின் வழக்கம். அப்துல்கலாமிற்கு ஆடைகள் தைத்து தயார் நிலையில் இருந்தது.

அதனைக் கொண்டு சென்று கொடுப்பதற்கு முன்பாக அப்துல் கலாம் அமரர் ஆகிவிட்டார். அதனால் அமர் ஜெயின் டெய்லர் தான் தைத்த அந்த ஆடைகளை அப்துல்கலாம் நினைவாகப் போற்றி பத்திரமாக பாதுகாத்து வருகிறார்.

18. சிறப்பு நாற்காலி வேண்டாம்

எல்லோரையும் போல தானும் ஒரு சாதாரண குடிமகன் என்பதை எந்த சந்தர்ப்பத்திலும் மாறாத மாமனிதர் அப்துல்கலாம்.

அப்துல்கலாம் குடியரசுத் தலைவராக இருந்தபோது வாரணாசியில் உள்ள பனாரஸ் இந்து பல்கலைக் கழகத்தின் பட்டமளிப்பு விழா விற்கு சென்றிருந்தார். அது ஐ.ஐ.டி மாணவர்களுக்கான பட்ட மளிப்பு விழா.

விழா மேடையில் நாற்காலிகள் போடப்பட்டிருந்தன. அதில் ஒரு நாற்காலியானது அப்துல்கலாம் அமர்வதற்காக சற்று பெரிதாகப் போடப்பட்டிருந்தது.

அதில் அமர்வதற்கு அப்துல்கலாம் மறுத்து விட்டார். அதில் துணை வேந்தரை அமரச் சொன்னார்.

பல்கலைக்கழக துணை வேந்தரும் மரியாதை நிமித்தமாக அதில் அமர மறுத்து விட்டார். அதன் பிறகு மேடையில் இருந்த மற்ற நான்கு நாற்காலிகளின் அளவிலேயே வேறு ஒரு நாற்காலி மேடையில் போடப்பட்டது.

தான் குடியரசுத் தலைவராக இருந்தாலும் மற்றவர்களை விட உயர்ந்தவராகத் தன்னை கருதிக் கொள்ளவில்லை.

தானும் மற்றவர்களைப் போல சாதாரண மனிதன் என்பதை அப்துல்கலாமின் நடவடிக்கை காட்டியது.

இது இந்த உலகிற்கு எடுத்துக்காட்டான ஒரு நிகழ்ச்சியாக நினைவு கூறப்படுகிறது. மற்ற அனைவரையும் சமமாக மதித்து மதிப்பு கொடுக்கும் இக்குணத்தால் இவர் மாமனிதர் என்று மதிக்கப்படுகிறார்.

19. செருப்பு தைக்கும் தொழிலாளியுடன் நெருக்கம்

ஏழை, பணக்காரன், உயர் பதவியில் உள்ளவர், தொழிலாளி என்ற பாகுபாடு பேதம் இல்லாமல் அனைவரிடமும் சமமாக பழகும் பண்பாளர் அப்துல் கலாம்.

இந்தியாவின் குடியரசுத் தலைவராக பதவியேற்ற பிறகு முதன் முதலாக கேரளா சென்றார். அவர் தன்னுடைய விருந்தாளியாக செருப்பு தைக்கும் ஒரு தொழிலாளியையும் ஒரு சிறிய உணவு விடுதியின் உரிமையாளரையும் விருந்திற்கு அழைத்திருந்தார்.

திருவனந்தபுரத்தில் தான் அறிவியலாளராகப் பணியாற்றிய

காலத்தில் தனக்கு அறிமுகமான இந்த எளியவர்களை விருந்தினர்களாக அழைத்திருந்தார்.

அப்துல்கலாம் திருவனந்தபுரத்தில் பணி புரிந்தபோது தான் ஜார்ஜ் எனும் செருப்புத் தைக்கும் தொழிலாளி நண்பராகப் பழக்கம்.

காந்தாரியம்மன் கோயிலுக்கு அருகில் ஜார்ஜ் செருப்பு தைத்துக் கொண்டிருக்கும் போது அவருடன் அப்துல்கலாம் நெருங்கிப் பழகும் வாய்ப்பு கிட்டியது.

இப்போது குடியரசுத் தலைவராகப் பதவியேற்ற பின் திருவனந்தபுரம் வந்தபோது அப்துல்கலாமுக்கு ஜார்ஜ் நினைவு வந்தது.

ஜார்ஜின் அங்க அடையாளங்களை கூறி அவர் எங்கிருந்தாலும் அழைத்து வரும்படி டி.ஐ.ஜி பத்மகுமாரிடம் அப்துல்கலாம் கேட்டுக் கொண்டார். போலீசார் ஜார்ஜைத் தேடிக் கொண்டு ஆளுநர் மாளிகைக்கு அழைத்து வந்தனர்.

அழுக்கு உடையுடன் ஜார்ஜைப் பார்த்த அப்துல்கலாம், சாப்பிட்டீங்களா எனக் கேட்டார். இதைக் கேட்டு ஜார்ஜ் மனம் நெகிழ்ந்து போனார். பல ஆண்டுகள் ஆயினும் தன்னை ஞாபகம் வைத்து அழைத்து வருவதை கண்டு ஜார்ஜ் மனம் உருகிப் போனார்.

20. மயிலுக்காக ஒரு கவிதை

அப்துல்கலாம் பொதுவாக பறவைகள் மீது அன்பும், அக்கறையும் கொண்டவர்.

அப்துல்கலாம் விஞ்ஞானியாகப் பணிபுரிந்த ராணுவ ஆராய்ச்சி மற்றும் மேம்பாட்டு நிறுவனத்தில் பாதுகாப்புக் காரணங்களுக்காக ஒரு கட்டிடத்தின் சுற்றுச் சுவர்களில் உடைந்த கண்ணாடிகளைப் பதிய வைக்கத் திட்டமிட்டனர்.

அப்துல்கலாம் அவ்வாறு செய்வதற்கு எதிர்ப்பு தெரிவித்தார்.

இப்படிக் கண்ணாடிகளைப் பதிய வைத்தால் அதன் மீது பறவைகள் உட்கார முடியாது என்றார். இவர் கூறிய காரணம் நியாயமானதாக இருந்தது.

ஜனாதிபதியாக இருந்தபோது அவருடைய மாளிகையிலிருந்து பார்த்தால் மொகல் கார்டன் நன்றாகத் தெரியும். அங்கு மயில்கள் இருந்தன.

ஒரு மயில் எழுந்து நடக்க முடியாமல் இருந்தது. அது எழுந்து நடக்கும்போது கீழே விழுந்தது.

அப்போது அப்துல்கலாம் சில விஞ்ஞானிகளுடன் விவாதித்துக் கொண்டிருந்தார். மயில் ஒன்று நடக்க முடியாமல் சிரமப்பட்டுக் கொண்டிருப்பதைப் பார்த்தார் அவர்.

விஞ்ஞானிகளுடன் பேசுவதை நிறுத்தி விட்டு அவர் அங்கே சென்றார். கால்நடை மருத்துவரை அழைத்து மயிலைக் கவனிக்கச் சொன்னார்.

அந்த மயிலின் கழுத்தில் ஒரு பெரிய கட்டி இருந்தது. அதனால் மயில் நடக்க முடியாமலும், உணவு உண்ண முடியாமலும் சிரமப்படு

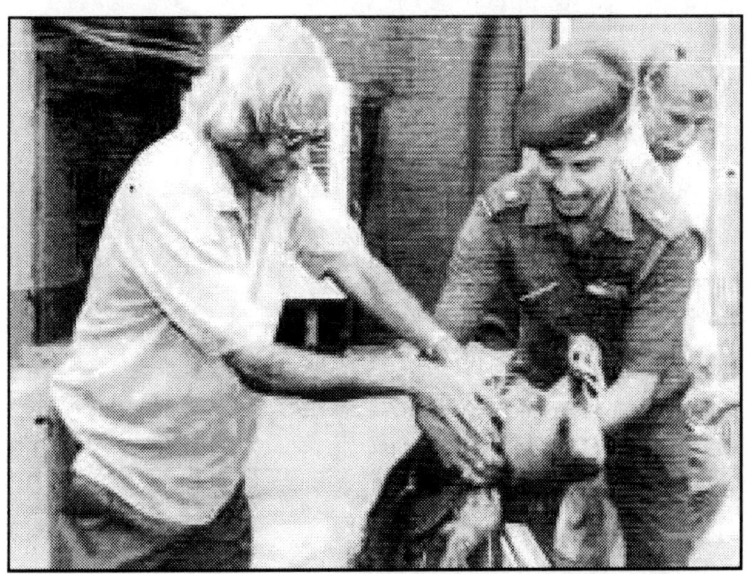

வதை மருத்துவர் கண்டறிந்தார். அந்த மயிலுக்கு உடனே அறுவை சிகிச்சை செய்து மயிலைக் காப்பாற்றினார்கள்.

ஒரு வார சிகிச்சைக்குப் பிறகு மயிலைக் கொண்டு வந்து அப்துல் கலாமிடம் மருத்துவர் கொடுத்தார். அப்துல்கலாம் மயிலைத் தூக்கி பறக்க விட்டார்.

மயில் மகிழ்ச்சியுடன் பறந்து சென்றது. அந்த மயிலைக் காப்பாற்றிய சந்தோஷத்தில் அப்துல்கலாம் ஒரு பெரிய கவிதையை எழுதி முடித்தார்.

21. சைவ உணவும் சிக்கன வாழ்வும்

எளிமைக்கும், சிக்கனத்துக்கும் எடுத்துக்காட்டாகத் திகழ்ந்த கலாம் ஜனாதிபதி மாளிகையிலிருந்து விடைபெற்றபோது இரண்டு சூட்கேஸுடன் மட்டுமே வெளியேறினார்.

அவரின் சொத்து அது மட்டுமே. ஒரு சூட்கேஸில் தனது உடையும், மற்றொரு சூட்கேஸில்தான் படிக்க வைத்திருந்த புத்தகங்கள்.

அப்துல்கலாம் எப்போதும் உணவுக்கு அதிக முக்கியத்துவம் கொடுத்ததில்லை. சைவ உணவுகளையே உண்பார். அதுகூட எளிய உணவாகவே இருந்தது.

பள்ளியில் படிக்கும்போது அவர் தங்கி இருந்த விடுதியில் சைவம் மற்றும் அசைவ உணவுகள் இருந்தன. அசைவம் சாப்பிட்டால் மாதம் 10 ரூபாய் அதிகமாக உணவு கட்டணம் செலுத்த வேண்டும். ஏழ்மையின் காரணமாக சைவ உணவை சாப்பிடத் தொடங்கினார்.

தனது பெற்றோருக்கு 10 ரூபாய் செலவைக் குறைக்க வேண்டும் என்பதற்காகவே சைவத்திற்கு மாறினார். பிற்காலத்தில் அவருக்கு வசதியும் வாய்ப்பும் கிடைத்தபோதும் அவர் சைவ உணவையே விரும்பி உண்டார்.

அவர் எங்கு சென்றாலும் எளிமையான உணவையே சாப்பிட்டார்.

தயிர்சாதம், காய்கறிகள் போன்றவற்றையே சாப்பிட்டார். ஒரு முறை தஞ்சாவூர் சென்றபோது தனக்கு தயிர் சாதம், புளியோதரை மட்டுமே இருந்தால் போதும் என்று கூறிவிட்டார். உண்ணும் உணவுக்குக் கூட அதிகம் முக்கியத்துவம் கொடுக்காதவராகவே அப்துல்கலாம் வாழ்ந்து மறைந்தார் என்பது ஆச்சரியத்தை அளிக்கிறது.

22. ஊழியர் குடும்ப நலனில் அக்கறை

தனக்குக் கீழ் பணிபுரியும் ஊழியர்கள் மற்றும் அவர்களின் குடும்பத்தைச் சேர்ந்தவர்களின் நலனிலும் அக்கறை கொண்டவ ராகவே அப்துல் கலாம் விளங்கினார். அவர்களையும் தனது குடும்பத்தைச் சேர்ந்தவர்களாகவே கருதினார்.

அப்துல்கலாம் ராணுவ ஆராய்ச்சி மற்றும் மேம்பாட்டு நிறுவனத்தில் விஞ்ஞானியாக பணியாற்றியபோது தனக்குக் கீழ் பணியாற்றிய ஒருவர் தனது வேலைப்பளு காரணமாக தன் குழந்தைகளை நகரத்தில் நடக்கும் ஒரு கண்காட்சி ஒன்றுக்கு அழைத்துச் செல்லாமல் போனதை அறிந்தார். உடனே அந்தப் பணியாளரின் குழந்தைகளைத் தானே கண்காட்சிக்கு அழைத்துச் சென்றார் அப்துல்கலாம்.

ஜனாதிபதி பதவிக் காலம் முடிய சில நாட்கள் இருக்கும்போது குடியரசு தலைவர் மாளிகையில் அப்துல்கலாமை பணிபுரியும் ஊழியர்கள் அவரை மரியாதை நிமித்தமாக சந்தித்தனர்.

அப்போது அவரின் தனிச் செயலாளரான பி.எம். நாயரும் சந்தித்தார். 'உங்களுடைய மனைவியைக் காணவில்லையே' என அப்துல்கலாம் விசாரித்தார்.

'ஒரு விபத்தில் சிக்கி கால் உடைந்து வீட்டில் இருக்கிறார்' என்று நாயர் தெரிவித்தார்.

அடுத்த நாள் நாயர் வீட்டைச் சுற்றி போலீஸ்காரர்கள் நின்றிருந்தனர். விபரத்தை தெரிந்து கொள்வதற்கு முன்பாக அப்துல் கலாம் அவரின் வீட்டிற்குச் சென்று விட்டார். நாயரின் மனைவியின் உடல் நலத்தை விசாரித்து விட்டு வீடு திரும்பினார்.

இப்படி தன் கீழ் பணிபுரியும் ஊழியர்கள் குடும்ப நலனிலும் அக்கறை கொண்டவராக திகழ்ந்தார் கலாம்.

அப்துல்கலாம் 2001 ஆம் ஆண்டின் அண்ணா பல்கலைக்கழகத்தில் கௌரவப் பேராசிரியராக பணிபுரிந்தபோது அங்கு பணிபுரியும் ஊழியர்களிடம் மிக நெருக்கமாக பழகி வந்தார்.

ஊழியர்கள் மிக எளிதில் சந்திக்கக்கூடிய ஒரு சாதாரண மனித ராகவே அப்துல்கலாம் இருந்தார்.

பல்கலைக்கழகத்தில் அப்துல்கலாம் பணிபுரியும்போது அவருடைய நேர்முக உதவியாளராக பாலசுப்ரமணியம் என்பவர் இருந்தார்.

அப்துல்கலாம் குடியரசுத் தலைவராக இருந்தபோது நேர்முக உதவியாளர் பால சுப்பிரமணியனின் தந்தை இறந்து விட்டார். அதனைக் கேள்விப்பட்டதும் அவரது வீட்டிற்கே சென்று துக்கம் விசாரித்து விட்டு அவருக்கு ஆறுதல் கூறிவிட்டு வந்தார் அப்துல் கலாம்.

பொதுவாக ஜனாதிபதி மாளிகையில் பணிபுரியும் பணியாளர்கள் யாராக இருந்தாலும் ஜனாதிபதியைச் சந்திக்க வேண்டுமென்றால் அதற்கு நிறைய விதிகளைப் பின்பற்ற வேண்டி இருக்கும்.

ஆனால் கலாம் இதற்கு மாறாக இருந்தார். அவரைச் சந்திக்க விரும்பு பவர்களை எளிதில் சந்திக்க அனுமதித்தார். அதே சமயத்தில் தன்னைச் சந்திக்க குழந்தைகள் காத்திருந்தால் அவர்களைச் சந்தித்து விட்டுத்தான் மற்ற பணிகளை கவனிப்பார்.

அப்துல்கலாம் ஜனாதிபதி மாளிகையில் வாழ்ந்த 5 ஆண்டு காலத்தில் தனக்கும் அங்கு பணிபுரியும் ஊழியர்களுக்கும் இடையில் எந்த வித்தியாசமும், பாகுபாடும் கடைப்பிடிக்காமல் வாழ்ந்தார் என்று அவரது பணியாளர்கள் கூறுகின்றனர்.

23. பதவிக்கு பெருமை சேர்த்தவர்

ஜனாதிபதி மேற்கொள்ளும் அனைத்துச் செலவுகளையும் அரசே ஏற்றுக் கொள்வதுதான் வழக்கமாக இருந்து வருகிறது. ஆனால் அப்துல்கலாம் இதற்கு விதிவிலக்காகத் திகழ்ந்தார்.

அரசு பணத்தைத் தவறாக பயன்படுத்தக் கூடாது என்பதில் அப்துல் கலாம் மிகவும் கவனமாக இருந்தார்.

அப்துல்கலாம் குடியரசுத் தலைவராக பதவி ஏற்றபோது அரவது குடும்ப உறுப்பினர்கள் 50 பேர் இராமேஸ்வரத்திலிருந்து டெல்லிக்கு அழைத்து வரப்பட்டனர். அவர்கள் அனைவரும் குடியரசுத் தலைவர் மாளிகையில் தங்கியிருந்தனர்.

அவர்கள் டெல்லியைச் சுற்றிப் பார்க்க ஒரு பஸ் அமர்த்தித் தரப் பட்டது. அந்தப் பேருந்திற்கான கட்டணத்தை அப்துல்கலாம் வழங்கி விட்டார். அது மட்டுமில்லாமல் இவரின் குடும்பத்தைச் சேர்ந்தவர்கள் யாரும் அரசுக்கு சொந்தமான காரை பயன்படுத்த வில்லை.

அரசின் காரை பயன்படுத்தக் கூடாது என அப்துல்கலாம் ஏற்கனவே வலியுறுத்திக் கூறிவிட்டார்.

அப்துல்கலாமின் குடும்பத்தினர் டெல்லியில் தங்கியிருந்தபோது அவர்களுக்கு உணவுச் செலவாக ரூபாய் இரண்டு லட்சம் ஜனாதிபதி மாளிகையில் செலவிடப்பட்டது. அனைத்துப் பயணச் செலவையும், உணவுச் செலவையும் அரசு ஏற்றுக் கொள்ள முன் வந்தது.

ஆனால் அப்துல்கலாம் அதற்கு சம்மதிக்கவில்லை. இதற்கான அனைத்துச் செலவுகளையும் அப்துல்கலாம் தனது கையில் இருந்து செலுத்தி விட்டார்.

இதுபோல எந்தக் குடியரசுத் தலைவரும் செலுத்தியதே இல்லை என அப்துல்கலாமின் தனிச் செயலாளர் பி.எம். நாயர் தனது பேட்டி ஒன்றில் தெரிவித்துள்ளார்.

அரசுப் பணத்தை தன் பணமாக கருதி சிக்கனமாக பயன்படுத்தியவர். தன் பணத்தை பொதுப் பணமாகக் கருதி அள்ளி வழங்கி மகிழ்ந்தவர்.

பதவியால் பெருமைப்படாமல் பதவிக்குப் பெருமை சேர்த்தவர். கற்றுக் கொள்வதிலும், கற்றுத் தருவதிலும் கலாமுக்கு இணை கலாம் தான் என்று கூறும்படியாக வாழ்ந்தவர்.

தன் சொந்த பயணமாகவும், குடும்பப் பயணமாகவும் தமிழ்நாடு சென்ற சமயங்களில் தனது சொந்தப் பணத்தையே செலவிட்டார் கலாம். அரசுப் பணத்தை செலவழிக்க மறுத்து விட்டார். ஓய்விற்குப் பின்பும் அதே நடைமுறையைக் கடைப்பிடித்தார் கலாம்.

24. இசை மீது கொண்ட பேரார்வம்

எம்.எஸ். சுப்புலட்சுமியின் பாட்டைக் கேட்டால் கடவுளிடம் பேசியதுபோல் உள்ளது என்று அடிக்கடி அப்துல்கலாம் கூறுவது வழக்கம்.

எம்.எஸ்.சுப்புலட்சுமியின் இசையை அவர் மிகவும் நேசித்தார். நெருக்கடியான நேரத்தில் இசையை விரும்பிக் கேட்டு தனது மனக்

கவலையை அப்துல்கலாம் போக்கிக் கொண்டார்.

அப்துல்கலாம் இசை மீது பேரார்வம் கொண்டிருந்தார். அவரை ஒரு கலாரசிகர் என்று கூறலாம். ரசிப்பது மட்டுமல்லாமல் வீணை வாசிப்பதிலும் தேர்ந்த கலைஞானி கலாம்.

நேரம் கிடைக்கும் போதெல்லாம் தன்னிடம் உள்ள பழமையான வீணையை வாசிப்பார். தான் தங்கியிருந்த இடத்திலேயே அந்த வீணையையும் வைத்திருந்தார்.

கலாமுக்கு எட்டாவது வகுப்பில் படிக்கும்போதே இசையின் மீது ஆர்வம் ஏற்பட்டது. அவர் பள்ளியில் படிக்கும்போது அவருடைய தமிழ் ஆசிரியர் வகுப்பில் நுழைந்த உடனே ஒரு பாட்டினை சொல்லிக் கொடுப்பார். அந்தப் பாட்டினை அனைவரும் திரும்பிப் பாடுவார்கள்.

1910 ஆம் ஆண்டிலே பாரதியார் எழுதிய 'ஆடுவோமே பள்ளு பாடுவோமே' என்ற பாரதியார் பாடலை ஆசிரியர் பாடுவார். அது இந்தியா சுதந்திரம் அடைவதற்கு முன்பு 1946 ஆம் ஆண்டில் அப்துல் கலாமுக்கு இசை மீது ஆர்வத்தை ஏற்படுத்தியது.

அப்துல்கலாம் வீணை வாசிப்பதை முறையாக கற்றுக் கொண்டார். வீணை கற்றுக் கொண்டது என்பது ஒரு எதிர்பாராத சந்திப்பால் நடந்தது எனலாம்.

அப்துல் கலாம் டி.ஆர்.டி.ஓ.வில் பணிபுரிந்து கொண்டிருந்தார். அங்குள்ள டிபன் லேப் என்ற பள்ளியில் இசை ஆசிரியராக எம்.கல்யாணி என்பவர் பணியாற்றி வந்தார்.

அவர் பள்ளியில் நடக்கவிருக்கும் ஒரு நிகழ்ச்சிக்கு சிறப்பு விருந்தினராக அப்துல்கலாமை அழைக்கச் சென்றார். அப்போது இருவருக்கும் இடையே நட்பு ஏற்பட்டது. அதன் பிறகு அப்துல் கலாம் 1989 முதல் 1992 வரை கல்யாணியிடம் வீணை கற்றுக் கொண்டார்.

அப்துல்கலாம் இசையைக் கற்றுக் கொள்ள கல்யாணியைத் தேடிச் சென்றார். 'சொல்லி அனுப்பி இருந்தால் நானே வந்திருப்பேனே' என்று கல்யாணி சொன்னதற்கு 'குருவைத் தேடி சிஷ்யன் தான் வர

வேண்டும்' என்று அப்துல்கலாம் கூறியுள்ளார்.

அப்துல் கலாமை விட வயதில் சிறியவரான கல்யாணிக்கு அவர் மிகவும் மரியாதை கொடுத்தார்.

குருவிற்கு சிஷ்யன் காட்டும் மரியாதையாக இருந்தது அது. அவர் தான் ஒரு விஞ்ஞானி என்று கருதவில்லை.

பெரியவர்களுக்கு மரியாதை கொடுப்பது, குழந்தைகளிடம் அன்பு காட்டுவது போன்றவை அப்துல்கலாமிடமிருந்து கற்றுக் கொள்ள வேண்டிய பாடங்களாகும்.

அப்துல்கலாம் எழுதிய கவிதைகளில் ஆறு கவிதைகளை தேர்ந் தெடுத்து பிரபல சிதார் கலைஞர் மோகித் சவுகான் என்பவர் பட்டுப்பாதை என்ற தலைப்பில் இசை ஆல்பம் வெளியிட்டுள்ளார்.

அப்துல்கலாமிற்கு மிகவும் பிடித்தமான 'நான் ஏறிக் கொண்டு இருக்கிறேன் உச்சி எங்கே' மற்றும் 'ஓ எல்லை பாதுகாப்பு வீரர்களே' என்ற இருபாடல் கூறும் அந்த இசை ஆல்பத்தில் உள்ளன.

25. கலாமின் கடைசி மணித்துளிகள்

மேகாலயா தலைநகர் ஷில்லாங்கில் உள்ள ஐ.ஐ.எம். கல்வி நிறுவனத்தில் நடைபெறும் நிகழ்ச்சிக்கு சிறப்பு விருந்தினராய் பங்கேற்க அப்துல்கலாமுக்கு அழைப்பு விடுக்கப்பட்டிருந்தது.

அப்துல்கலாம் கல்லூரி மாணவர்களைச் சந்திப்பதற்காக 2015 ஆம் ஆண்டு ஜுலை 27 அன்று பயணம் மேற்கொண்டார்.

அப்துல்கலாமுடைய ஆலோசகர் ஸ்ரீஜன் பால்சிங்கும் அவருடன் சென்றார். அப்துல்கலாம் அடர் நிறம் கொண்ட ஆடை அணிந்திருந் தார்.

விமானத்தில் கௌகாத்தி சென்ற பிறகு அங்கிருந்து இருவரும் ஷில்லாங்கிற்கு கார் மூலம் பயணம் செய்தனர்.

அந்தப் பயணத்தில் இருவரும் சில முக்கிய விசயங்களைப் பற்றி பேசிக் கொண்டே சென்றனர். பஞ்சாபில் நடைபெற்ற தீவிரவாதத் தாக்குதல் பற்றி பேசிக் கொண்டிருந்தார்.

பஞ்சாப் தீவிரவாதத் தாக்குதல் அவரை வெகுவாகப் பாதித்திருந்தது. மனிதர்கள் இந்த பூமியில் வாழ்வதற்கு தகுதியற்ற சூழ்நிலை உள்ளது என்பதை அவர் சுட்டிக் காட்டினார்.

இரண்டாவதாக தேசிய அரசியலமைப்புப் பற்றி பேசிக் கொண்டிருந்தார். குறிப்பாக இந்திய நாடாளுமன்றம் முடங்குவதைக் கண்டு மிகுந்த வேதனை தெரிவித்தார். அவர் ஜனாதிபதியாக இருந்த காலத்தில் இரண்டு அரசுகளைப் பார்த்துள்ளார். இருப்பினும் பாராளுமன்ற முடக்கம் என்பது தொடர்ந்து கொண்டு இருக்கிறது என தனது ஆலோசகரிடம் தெரிவித்தார்.

நாடாளுமன்றம் வளர்ச்சிக்கான அரசியலை முன்னெடுத்துச் செல்வதாக இருக்க வேண்டும் என்பதையும் கூறினார்.

காரில் ஷில்லாங் சென்று கொண்டிருந்தபோது அவர்களின் பாதுகாப்பிற்காக 6 வாகனங்கள் சென்றன. அப்துல்கலாம் சென்ற வாகனத்துக்கு முன்னால் சென்ற ஜிப்ஸி வாகனத்தில் மூன்று வீரர்கள் சென்றனர்.

அதில் ஒரு வீரர் நின்று கொண்டே ஒரு மணி நேரத்துக்கும் மேல் பயணித்தார்.

அவருக்கு தண்டனை கொடுக்கப்பட்டது போல நின்றுகொண்டே வருகிறார். அவரை ரேடியோ கருவி மூலம் தொடர்பு கொண்டு அமரச் சொல்லுங்கள் என்றார்.

பல முறை முயன்றும் அந்த வாகனத்தை தொடர்பு கொள்ள முடியவில்லை. அதனைக் கண்டு வருந்தினார்.

பயணம் முடிந்ததும் அந்த வீரருக்கு நன்றி தெரிவித்தார். 'எனக்காக நீங்கள் நீண்ட நேரம் நிற்க வேண்டியது ஆகிவிட்டது அதற்காக வருந்துகிறேன்' என வீரரிடம் தெரிவித்தார்.

மேலும் சோர்வாக இருக்கிறீர்களா? ஏதாவது சாப்பிடுகிறீர்களா? என அன்பாக கேட்டார் கலாம். வீரரின் கையைப் பிடித்துக் குலுக்கி பாராட்டினார்.

கலாமின் பண்பைக் கண்டு வியந்த அந்த வீரர் 'உங்களுக்காக 6 மணி நேரம் கூட நிற்பேன்' என்றார்.

இப்படி தனக்காக ஒரு வீரர் உடலை வருத்திக் கொள்வதைக் கண்டு சகிக்க முடியாத மனிதராக அப்துல்கலாம் இருந்தார் என்பதே இந்த நிகழ்வு சுட்டிக் காட்டுகிறது.

மேகாலயா மற்றும் மணிப்பூர் மாநில கவர்னராக தமிழ்நாட்டைச் சேர்ந்த சண்முகநாதன் பணியாற்றி வந்தார். மேகாலயாவில் சொற்பொழிவு ஆற்ற வருவதாக கவர்னரிடம் அப்துல்கலாம் போனில் பேசி இருந்தார்.

வாருங்கள் என்று கவர்னரும் மகிழ்ச்சியோடு அழைப்பு விடுத்தார்.

அப்துல்கலாம் ஷில்லாங் சென்றவுடன் அங்குள்ள ஓய்வு விடுதிக்கு கவர்னர் அழைத்துச் சென்றார். டீ, காபி என்ன சாப்பிடுகிறீர்கள் எனக் கேட்டதற்கு டீ, காபி குடிக்கும் பழக்கம் இல்லை என்றார் கலாம்.

இருவரும் சில மணி நேரங்கள் பேசிக் கொண்டிருந்தனர். கவர்னருக்கு ஒரு ஆங்கிலப் புத்தகத்தை கலாம் பரிசாகக் கொடுத்தார்.

பிறகு காலை டிபன் என்ன சாப்பிடுகிறீர்கள் எனக் கேட்டபோது இட்லி, தோசை ஏதாவது சாப்பிடுவேன் என்று பதிலளித்துள்ளார்.

சாப்பிட்டவுடன் மாணவர்களுடன் கலந்துரையாடி விட்டு வருகிறேன் எனக் கூறிவிட்டுச் சென்றார் கலாம்.

ஷில்லாங்கில் உள்ள இந்திய மேலாண்மைக் கல்வி நிறுவனத்தில் நடைபெற்ற கருத்தரங்கில் சிறப்பு விருந்தினராக அப்துல் கலாம் கலந்து கொண்டார்.

வாழ்வதற்கு உகந்த பூமி என்ற தலைப்பில் அப்துல்கலாம் பேச இருந்தார். இந்த உரைக்குப் பிறகு மாணவர்களுடன் ஒரு மணி

நேரம் கலந்துரையாடல் செய்ய இருந்தார்.

நாடாளுமன்றத்தை ஆக்க பூர்வமானதாகவும், துடிப்புமிக்க தாகவும் மாற்றக் கூடிய வழிமுறைகள் மூன்றினை மாணவர்கள் குறிப்பிட வேண்டும். அதுவே கலாம் மாணவர்களுக்காக தயார் செய்து வைத்திருந்த கடைசி நேரக் கேள்வி ஆகும்.

பாராளுமன்ற பிரச்சனைகளுக்கான தீர்வு என்பது பற்றி அவரது அடுத்த புத்தகமான அட்வாண்டேஜ் இந்தியா என்ற புத்தகத்திலும் எழுத இருந்தார்.

அப்துல்கலாம் மேடையில் பேசுவதற்கு முன்பாக அவரின் ஆலோசகர் ஸ்ரீஜன் பால்சிங் கருத்தரங்கைப் பற்றி சுருக்கமாகப் பேசி ஒலிப்பெருக்கியை சரி செய்தார்.

மேடையில் பேசச் செல்வதற்கு முன்பாக தனது ஆலோசகர் ஸ்ரீஜன் பால்சிங்கிடம் 'விளையாட்டுப் பையன் நீ சரியாகச் செய்தாயா? குரலே வரல' எனக் கேட்டார்.

அதுதான் ஆலோசகரிடம் பேசிய கடைசி வார்த்தையாகும். அவருடன் பணிபுரிந்த ஆறு ஆண்டுகளில் இப்படிப் பலமுறை கூறி யுள்ளார்.

அப்துல்கலாம் இறுதியாக மேடையில் பேசும்போது உலகத்தில் ஒற்றுமை அவசியம் என்பதை வலியுறுத்தினார்.

அப்போது ஒரு மாணவர் 'உலகப் போர் வருமா?' எனக் கேள்வி எழுப்பினார்.

'அதற்கு வாய்ப்பே இல்லை என்றார். ஆனால் அதில் வியாபாரப் போட்டி இருக்கும். ஆனாலும் பிரச்சனை வராது' என்றார்.

'ஆனால் பயங்கரவாதம் தான் அச்சுறுத்தலாக....' என்ற வார்த்தையை முடிப்பதற்குள் அப்துல்கலாம் மயங்கி விழுந்து விட்டார்.

உடனே முதலுதவிக்காக பெதானி மருத்துவமனையில் அவர் அனுமதிக்கப்பட்டார். அவசர சிகிச்சைப் பிரிவில் சேர்க்கப்பட்ட

அவருக்கு பிராண வாயு செலுத்தப்பட்டது. மருத்துவ சிகிச்சை பலன் அளிக்கவில்லை. அவர் ஏற்கனவே இறந்து விட்டதாக மருத்துவர்கள் தெரிவித்தனர். அப்துல் கலாம் 2015 ஆம் ஆண்டு ஜூலை 27 அன்று இயற்கை எய்தினார்.

மருத்துவமனையின் இயக்குநர் ஜான் சாலியோ ராயன் தியாங் கூறியபோது 'நாடித்துடிப்பு அடங்கிய நிலையில் தான் கலாம் மருத்துவமனையில் அனுமதிக்கப்பட்டார். மாரடைப்பு காரணமாக அவரது உயிர் பிரிந்துள்ளது' என்று தெரிவித்தார்.

அப்துல்கலாம் மாரடைப்பால் இயற்கை எய்தினார். ஆனால் அவருக்கு இதயத்தில் வலி ஏற்பட்டதற்கான அறிகுறியே தெரிய வில்லை.

வலியே ஏற்படாமலும் குளிர் பிரதேசங்களில் மாரடைப்பு வரலாம் என்று இதய நிபுணர் மற்றும் மருத்துவ பேராசிரியர் எஸ்.ஐ. அர்த்தநாரி தெரிவித்துள்ளார்.

திடீர் மரணம் என்பது ஒன்பது சதவீதமானவர்களுக்கு மாரடைப்பு காரணத்தாலேயே ஏற்படுகிறது. இதனை கார்டியாக் அரஸ்ட் என்கின்றனர். இதயத்திற்கு ரத்தத்தை எடுத்துச் செல்லும் கரோனரி ரத்தக்குழாய் அடைப்பால் வருகிறது.

இதுபோன்ற மரணங்கள் குளிர்காலங்களிலும், மலைப் பிரதேசங் களிலும் ஏற்படுகிறது. குளிர் அதிகமாக இருக்கும்போது ரத்தக் குழாய்கள் சுருங்கி ரத்தம் உயர்கிறது. இதனால் இதயதுடிப்பு அதிகமாகி ஒரு நிலையில் இதயத்தின் செயலை நிறுத்தி விடுகிறது.

மேகாலயாவின் தலைநகர் ஷில்லாங் நகரில் ஒன்றரை லட்சம் மக்கள் வசிக்கின்றனர். கிழக்காசிய ஸ்காட்லாண்டு என்று இதனை அழைக்கின்றனர்.

இங்கு சென்றதால் அப்துல்கலாம் குளிர் காரணமாக ரத்தக்குழாய் சுருக்கம் ஏற்பட்டு இதயம் நின்றிருக்கலாம். இதில் எவ்வித அறிகுறியோ, வலியோ, மூச்சு முட்டலோ இல்லாமல் மரணம் ஏற்பட்டிருக்க வாய்ப்புள்ளது.

எது எப்படியோ அப்துல்கலாம் என்ற அற்புத மனிதர் நம்மை விட்டுப் பிரிந்து விட்டார்.

ஆசிரியர் என்று தன்னை நினைவு கூறப்படுவதிலேயே பேரின்பம் உள்ளது எனச் சொல்லிக் கொண்டிருந்தார் அப்துல்கலாம். அது போலவே அவர் மாணவர்களிடம் உரையாற்றிக் கொண்டிருக்கும் போதே விடைபெற்றுக் கொண்டார்.

ஒரு போர் வீரன் களத்தில் உயிர் விடுவதற்கு சமமானதாக அவரது இறப்பு அமைந்துள்ளது. தாழ்ந்த கடற்பரப்பில் ஒரு படகோட்டி யின் மகனாகப் பிறந்து மிக உயர்ந்த நிலைக்கு சென்றார். கடல் மட்டத்திலிருந்து சுமார் 5000 அடி உயரம் கொண்ட ஷில்லாங் நகரில் அவரது உயிர் பிரிந்துள்ளது.

26. அப்துல் கலாமின் இறுதி ஊர்வலம்

மக்கள் அனைவரிடமும் அன்பையும், கருணையையும் காட்டி யவர் அப்துல்கலாம்.

மேடையில் உரையாற்றும்போதே அப்துல்கலாம் உயிர்பிரிந்து விட்டது என்ற செய்தி தீயாக ஷில்லாங்கில் பரவியது.

அப்துல்கலாம் இறந்து விட்டார் என்று அதிகாரப்பூர்வமான அறிவிப்பு வெளிவர ஒரு மணி நேரம் ஆகிவிட்டது.

நாடு முழுவதும் இச்செய்தி பேரதிர்ச்சியை உண்டாக்கியது. இந்திய மக்கள் பெருஞ் சோகத்தில் வீழ்ந்தனர்.

ஷில்லாங் மருத்துவமனை முன்பு கூடிய மக்கள் கூட்டம் அப்துல் கலாமின் உடல் வெளியே கொண்டு வரப்பட்டபோது உணர்ச்சிப் பெருக்கெடுத்து ஓவென கதறி அழுதனர்.

அப்துல்கலாமின் உடல் ராணுவ மருத்துவமனைக்கு கொண்டு செல்லப்பட்டது. பின் அங்கிருந்து விமானப்படைப் பயிற்சி யகத்துக்கு எடுத்துச் சென்றனர்.

அங்கு மேகாலயா கவர்னர் மலர் வளையம் வைத்து அஞ்சலி செலுத்தினார். அப்துல்கலாமின் உடல் ஷில்லாங்கிலிருந்து ஹெலிகாப்டர் மூலம் புறப்பட்டது.

அப்போது அங்கு கூடி இருந்த மக்கள் 'கலாம் அமர் ரஹே.... பாரத் மாதா கீ ஜே' என விண் அதிர முழக்கமிட்டனர்.

அப்துல்கலாமின் உடல் ஷில்லாங்கிலிருந்து ஹெலிகாப்டர் மூலம் அசாம் தலைநகர் கௌகாத்திக்கு வந்து சேர்ந்தது. அங்கு அசாம்

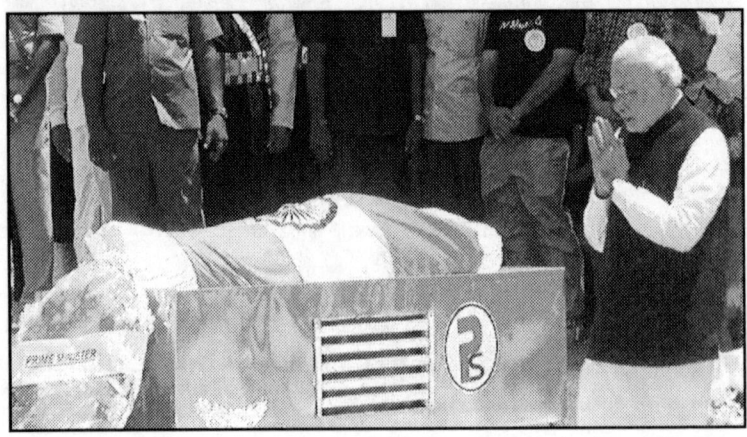

மாநிலத்தின் முதல்வர் தருண் கோசாய் மற்றும் இந்திய விமானப் படை அதிகாரிகள் மலர் வளையம் வைத்து மரியாதை செலுத்தினர்.

சிறப்பு விமானம் மூலம் கௌகாத்தியிலிருந்து அப்துல்கலாமின் உடல் ஜுலை 28 அன்று காலை டில்லி பாலம் விமான நிலையத் திற்கு கொண்டு வரப்பட்டது.

அங்கு முப்படைத் தளபதிகள் அவரது உடலுக்கு மலர் வளையம் வைத்து இறுதி மரியாதை செலுத்தினர்.

அவர்களைத் தொடர்ந்து ஜனாதிபதி பிரணப் முகர்ஜி, பிரதமர் நரேந்திர மோடி மலர் வளையம் வைத்து அஞ்சலி செலுத்தினர்.

அதன்பின் கலாமின் உடல் முப்படைத் தளபதிகளின் முன்னிலை யில் துப்பாக்கிகள் பொருத்தப்பட்ட ராணுவ வாகனத்தில் ஏற்றப் பட்டது. அவரின் உடல் மீது இந்திய தேசியக் கொடி போர்த்தப் பட்டது.

மலரால் அலங்கரிக்கப்பட்ட ராணுவ வாகனம் புது டில்லியில் உள்ள அப்துல்கலாமின் அதிகாரப் பூர்வ இல்லமான 10, ராஜாஜி மார்க் என்ற வீட்டிற்கு முழு அரசு மரியாதையுடன் கொண்டு செல்லப் பட்டது.

வழி நெடுகிலும் மாணவர்களும், பொது மக்களும் நின்று அஞ்சலி செலுத்தினர். அவரது வீட்டில் இருந்த அப்துல்கலாமின உடலுக்குப் பல்வேறு அரசியல் கட்சித் தலைவர்கள் மற்றும் பொதுமக்கள் அனைவரும் இரவு எட்டு மணி வரை அஞ்சலி செலுத்தினர்.

டெல்லியிலிருந்து அப்துல் கலாமின் உடலை ஏற்றிக் கொண்டு ராணுவ விமானம் மதுரை விமான நிலையத்தில் ஜுலை 29 அன்று மதியம் வந்து இறங்கியது.

அங்கு தமிழக ஆளுநர் ரோசய்யா உள்பட மத்திய மாநில அரசின் சார்பில் அமைச்சர்கள் மரியாதை செய்தனர்.

அதன் பின்னர் மதியம் 1.40 மணியளவில் ஹெலிகாப்டர் மூலம் அவரது உடல் ராமேஸ்வரத்தில் உள்ள மண்டபம் முகாமில் ஹெலிகாப்டர் தளத்துக்கு 2.20 மணிக்கு வந்தது.

பின்னர் மலரால் அலங்கரிக்கப்பட்ட ராணுவ விமானத்தில் கலாமின் உடல் ஏற்றப்பட்டது. இந்த வாகனம் அக்காள் மடம், தங்கச்சி மடம் வழியாக ராமேஸ்வரம் பஸ் நிலையம் அருகே கிழக்காடு பகுதியில் பொதுமக்கள் அஞ்சலி செலுத்துவதற்காக அமைக்கப்பட்ட சிறப்பு மைதானத்துக்கு மதியம் 3.40 மணிக்கு கொண்டு வரப்பட்டது.

மக்கள் அனைவரும் ரோட்டின் இருபுறமும் கூடி நின்றனர். மலர்கள் தூவி கண்ணீர் மல்க அப்துல்கலாமிற்கு அஞ்சலி செலுத்தினர்.

அஞ்சலிக்காக ஏற்பாடு செய்யப்பட்டிருந்த பஸ் நிலையம் அருகே காலை எட்டு மணியிலிருந்து மக்கள் கூடி நின்றனர்.

அப்துல்கலாமின் உடல் ஏற்றி வந்த வாகனம் திடலுக்குள் நுழைந்த போது பல்லாயிரக்கணக்கானோர் உணர்ச்சி வசப்பட்டு கையெடுத்துக் கும்பிட்டும், மலர்களைத் தூவியும் அஞ்சலி செலுத்தினார்கள்.

திடலில் வைக்கப்பட்ட அப்துல்கலாமின் உடலுக்கு பல்வேறு அரசியல் கட்சித் தலைவர்கள் அஞ்சலி செலுத்தினர். அதன் பின்னர் ஆண்கள், பெண்கள் தனித்தனி வரிசையில் சென்று அஞ்சலி செலுத்தினர்.

பொது மக்களின் அஞ்சலிக்குப் பிறகு அவரது உடல் பள்ளிவாசல் தெருவில் உள்ள அவரது சொந்த வீட்டிற்கு கொண்டு செல்லப் பட்டது. அப்துல்கலாமின் உடலை சகோதரர் முத்து மீரா, லெப்பை மரைக்காயர் உட்பட பலரும் பெற்றுக் கொண்டனர்.

அங்கு இஸ்லாமிய முறைப்படி சடங்குகள் செய்யப்பட்டன. அவரது உறவினர்கள் அஞ்சலி செலுத்திய பிறகு மறுநாள் காலை 9.40 மணி அளவில் அவரது வீட்டுக்கு அருகே உள்ள முகைதீன் ஆண்டவர் பள்ளிவாசலுக்கு ராணுவ வீரர்கள் அவரது உடலை எடுத்துச் சென்றனர்.

பள்ளி வாசலில் தொழுகை முடிந்த பிறகு அவரது உடல் வெளியே எடுத்து வரப்பட்டு மலர்களால் அலங்கரிக்கப்பட்ட ராணுவ வாகனத்தில் ஏற்றப்பட்டது.

'அப்துல் கலாம் புகழ் ஓங்குக' என்று கோஷமிட அப்துல் கலாமின் இறுதி ஊர்வலம் தொடங்கியது.

அப்துல்கலாமின் இறுதி ஊர்வலத்தில் லட்சக்கணக்கான மக்கள் பங்கு கொண்டனர். ஊர்வலம் 4 கி.மீ தொலைவிற்கு சென்றது. முப்படை வீரர்கள் இருந்த ராணுவ வீரர்களின் மூன்று வாகனங்கள் முன்னே சென்றன. அதைத் தொடர்ந்து ஜமாத் நிர்வாகிகள் இரு வேன்களில் சென்றனர். அதன் பின் அப்துல்கலாமின் உடல் இருந்த வாகனம் சென்றது.

உடல் நல்லடக்கம் செய்ய இருந்த பேய்க்கரும்பு என்னுமிடத்திற்கு சென்றடைய 50 நிமிடங்கள் ஆனது.

அலங்கரிக்கப்பட்ட மேடையில் அப்துல்கலாமின் உடல் வைக்கப் பட்டது. முதலில் முப்படை வீரர்கள் மரியாதை செய்தனர்.

அதன் பிறகு பிரதமர் நரேந்திர மோடி மரியாதை செலுத்தினார். பின்னர் பல்வேறு அரசியல் கட்சித் தலைவர்கள் அஞ்சலி செலுத்தினர்.

அஞ்சலி செலுத்தும் நிகழ்ச்சி இருபது நிமிடங்கள் நடந்தன. பின்னர் முப்படையைச் சேர்ந்த 6 வீரர்கள் மரியாதை செய்தனர். அதன் பிறகு அப்துல்கலாமின் உடலின் மீது போர்த்தப்பட்டிருந்த தேசியக் கொடியை முறைப்படி அகற்றினர். துணியில் போர்த்தப்பட்டிருந்த அப்துல்கலாமின் உடலை பெட்டியில் இருந்து இறக்கிய ராணுவ வீரர்கள் கலாமின் உறவினர்கள் மற்றும் ஜமாத் நிர்வாகிகளிடம் ஒப்படைத்தனர்.

இஸ்லாமிய முறைப்படி மதச் சடங்குகளுடன் சிறப்புத் தொழுகை நடைபெற்றது. முப்படைத் தளபதிகளின் முழு ராணுவ மரியாதை யுடன் 21 குண்டுகள் முழங்க கலாமின் உடலுக்கு இறுதி ராணுவ மரியாதை செய்யப்பட்டது. அப்துல்கலாமின் உடல் மீது மலர் களைத் தூவினர்.

ஜூலை 30 அன்று சரியாக பகல் 12 மணிக்கு அப்துல்கலாமின் உடல் நல்லடக்கம் செய்யப்பட்டது.

அப்துல்கலாமின் உடல் புதைக்கப்பட்டாலும் அவர் கண்ட கனவுகள் புதைக்கப்படவில்லை. அக்கனவுகளை நிறைவேற்ற லட்சக்கணக்கான மாணவர்களும், இளைஞர்களும் உள்ளனர்.

27. பாரதம் தனது ரத்தினத்தை இழந்தது

அப்துல்கலாமின் மறைவிற்கு இந்தியாவில் உள்ள அனைத்து அரசியல் கட்சித் தலைவர்கள் அனுதாபம் தெரிவித்துள்ளனர். அவர்கள் மட்டுமின்றி உலகின் பல்வேறு நாட்டுத் தலைவர்களும் அனுதாபம் தெரிவித்துள்ளனர்.

ராகுல்காந்தி, 'கலாம் மக்களின் குடியரசுத் தலைவர். அவர் தன் வாழ்வின் கடைசி நொடியிலும் மக்களுக்காகவே செயலாற்றினார். தன் வாழ்நாள் முழுக்க அவர் இவ்வாறு வாழ்ந்ததால் தான் அவர் நமது பெருமைக்குரியவராக உள்ளார்' என்று தனது அனுதாபத்தை தெரிவித்துள்ளார்.

'இந்தியாவின் அணுசக்தித் திட்டங்களை முன்னெடுத்துச் சென்றவர் கலாம். பா.ஜ.க, காங்கிரஸ் ஆகிய இரு கட்சிகளாலும் ஏற்றுக் கொள்ளப்பட்டவர். அவர் மக்களின் தலைவர் குறிப்பாக இளைஞர் களின் நாயகன்' என்று நியுயார்க் டைம்ஸ் பெருமைப்படுத்தி யுள்ளது.

'சில நாடுகளே விண்வெளி ஆராய்ச்சியில் கோலோச்சுகின்றன. அந்தப் பட்டியலில் இந்தியாவை இடம் பெறச் செய்தவர் கலாம். இந்திய ஏவுகணைத் திட்டங்களுக்கு முன்னோடியாக வழிகாட்டி யவர்' என்று தி வால் ஸ்ட்ரீட் ஜர்னல் புகழாரம் சூட்டியது.

'இந்திய குடியரசுத் தலைவர் மாளிகையின் கதவுகளை சாமானிய மக்களுக்கும் திறந்து விட்டவர் கலாம்' என்று வாஷிங்டன் போஸ்ட் புகழாரம் சூட்டியது.

'பாரதம் தனது ரத்தினத்தை இழந்து விட்டது. ஆனால் அந்த ஆபரணத்தில் இருந்து தோன்றும் ஒளி நம்மை உலகின் முன்னணி

நாடுகளில் இந்தியாவை அறிவுசார் சூப்பர் பவர் ஆக்க வேண்டும் என்ற அவரது கனவு இலக்கை நோக்கி வழி நடத்தும்.

நாட்டில் உள்ள அனைத்து தரப்பு மக்களாலும் மிகவும் நேசிக்கப் பட்ட அன்பு பாராட்டப்பட்டவர் நமது விஞ்ஞானி முன்னாள் ஜனாதிபதி அப்துல் கலாம்' என்று பாரதப் பிரதமர் நரேந்திர மோடி தமது அஞ்சலியினை தெரிவித்துள்ளார்.

28. காட்சியகமாக மாறிய கலாம் வீடு

இராமேஸ்வரம் மசூதி தெருவில் உள்ள அப்துல் கலாம் பிறந்த வீட்டின் முதல் மாடியில் மிஷன் ஆப் லைப் காலரி (Mission of life Gallery) என்ற பெயரில் அப்துல்கலாம் பெற்ற விருதுகள், முக்கிய நிகழ்வுகளில் பங்கேற்ற புகைப்படங்கள் மற்றும் எழுதிய நூல்கள் இடம் பெற்றுள்ளன.

இக்காட்சியகம் காலை எட்டு மணி முதல் இரவு ஏழு மணி வரை பொது மக்கள் கட்டணமின்றி காணும் வகையில் திறந்து வைக்கப் பட்டுள்ளது.

29. ஸ்ரீ காஞ்சி காமகோடி பீடம்

ஸ்ரீகாஞ்சி காமகோடி பீடம் சங்கர மடம் இராமேஸ்வர கடற்கரைக்கு வலப்பக்கத்தில் அக்னி தீர்த்தத்தில் ராமநாதசுவாமி திருக்கோயிலிலிருந்து சிறிது தூரத்தில் அமைந்திருக்கிறது.

ஸ்ரீமடத்தின் கோபுரத்தில் ஸ்ரீ ஆதி சங்கராச்சாரியார் மற்றும் அவருடைய நான்கு சிஷ்யர்களின் திருவுருவும் கடற்கரை நோக்கி அமைந்திருப்பதை நாம் காணலாம்.

ஸ்ரீ சக்கர மடத்தின் மூலம் மூர்த்தி மூன்று அடுக்கு கோபுரத்தில் அமைந்திருக்கிறது.

30. பேய்க்கரும்பில் கலாமின் நினைவு மண்டபம்

தமிழ்நாட்டின் கடைக்கோடி ஊரான இராமேஸ்வரத்தில் பிறந்து உலக அளவில் அனைவர் மனதிலும் இடம் பிடித்த டாக்டர் அப்துல்கலாம் 83 வயதில் மரணமடைந்த நிலையில் அவரது உடல் இராமேஸ்வரம் அருகேயுள்ள பேய்க்கரும்பு என்னுமிடத்தில் நல்லடக்கம் செய்யப்பட்டது.

மத்திய ஆராய்ச்சி மற்றும் மேம்பாடுகள் மையம் சார்பில் அவ் விடத்தில் கட்டப்பட்டுள்ள கலாம் நினைவிடம் ரூ.20 கோடி மதிப்பில் வடிவமைக்கப்பட்டுள்ளது.

கலாம் உடல் புதைக்கப்பட்ட இடத்தை மையமாக வைத்து கல்லறை கட்டப்பட்டுள்ளது.

சுமார் மூன்றரை ஏக்கர் பரப்பளவில் அமைக்கப்பட்டுள்ளது இந்த நினைவிடம். இதன் தோற்றம் டெல்லியில் உள்ள குடியரசுத் தலைவர் மாளிகையை பிரதிபலிப்பது போன்று அமைந்துள்ளது.

மணிமண்டபத்தை கட்டப் பயன்படுத்தப்பட்ட மஞ்சள் நிற பளிங்கு கற்கள், ராஜஸ்தான் மாநிலம் ஜோத்பூரில் இருந்தும், சிவப்பு

நிற கற்கள் ஆக்ராவில் இருந்தும் கொண்டு வரப்பட்டன. கிருஷ்ணகிரியில் இருந்து கொண்டு வரப்பட்டு தரையில் பதிக்கப் பட்டுள்ள கிரானைட் கற்கள் 150 மி.மீ தடிமன் கொண்டவை.

மணிமண்டபத்தின் நுழைவாயில் இந்தியா கேட் தோற்றத்தில் உள்ளது. வாயிலை அலங்கரிக்கும் முகப்பு கதவுகள் 500 கிலோ எடையுடன் அமைக்கப்பட்டுள்ளது.

இந்த மண்டபம் நான்கு பிரிவுகளாக உள்ளன. அவை அதில் அப்துல் கலாம் விஞ்ஞானியாகப் பணியாற்றிய காலம், கண்டுபிடிப்புகளை உருவாக்கிய காலம், அறிவியல் ஆலோசகராக பணியாற்றிய காலம், குடியரசுத் தலைவராக பணியாற்றிய காலம் என உள்ளன.

மேலும் கலாம் வீணை வாசிப்பது, குடியரசுத் தலைவராக பதவி யேற்றபோது குதிரைகள் பூட்டப்பட்ட சாரட் வண்டியில் வருவது, சகோதரர் முத்து மீரா மரைக்காயர், உலகத் தலைவர்கள் மற்றும் குழந்தைகளுடன் கலாம் இருக்கும் ஓவியங்கள் தீட்டப்பட்டுள்ளன.

கலாம் தொடர்பான ஓவியங்கள், ஒளிப்படங்கள், கலாம் கண்டு பிடிப்பின் மாதிரிகள், கலாம் பயன்படுத்திய பொருட்கள், நூல்கள்,

உடைகள் உள்ளிட்டவை இந்த மணிமண்டபத்தில் பார்வைக்கு வைக்கப்பட்டுள்ளன.

மேலும் குழந்தைகளுடன் கலாம் விளையாடுவது, குழந்தைகளுடன் கிரகங்களை பார்வையிடுவது, குழந்தைகளை புத்தகங்கள் படிக்கத் தூண்டுவது, குழந்தைகளை கைதூக்கி உதவுவது உள்ளிட்ட 4 சிலைகள் அமைக்கப்பட்டுள்ளன.

கலாம் சமாதியை ஒட்டி வட்ட வடிவில் சிறப்பு பிரார்த்தனை கூடமும் உள்ளது. கலாம் நினைவிடத்தின் பின்புறம் அக்னி ஏவுகணையின் மாதிரி வடிவமும் நிறுவப்பட்டுள்ளன. நினைவிடம் அருகிலேயே அறிவுசார் மையம், கலையரங்கம், கோளரங்கம் அமைக்கப்பட்டுள்ளது.